PAANO MAGING MILYONARYO?

ANG 8 MADADALING HAKBANG PARA MAGING MASAYA, MAPAGMAHAL AT NAGPAPASALAMAT NA MILYONARYO

ENGR. RICH MAGPANTAY
"TAGAPAG-DESINYO NG PANTAY NA PAGYAMAN SA MUNDO"

FILIPINO NA EDISYON

PAANO MAGING MILYONARYO?
ANG 8 MADADALING HAKBANG PARA MAGING MASAYA, MAPAGMAHAL AT NAGPAPASALAMAT NA MILYONARYO

ISBN 978-971-011-733-8

ENGR. RICH MAGPANTAY

Karapatan sa pagmamay-ari ng Pilipinas 2013
Unang imprenta: Oktubre 2013

Tanging ang manunulat lang ang may pangkalahatang karapatan sa pagmamay-ari ng lahat ng bahagi ng librong ito. May karapatan ang sinuman na gamitin o isalin ang bahagi ng mga nilalaman nito kung mayroong nakasulat na pahintulot mula sa manunulat.

Pinagbuti nina L. N. Umale at B. L. Garcia
Pabalat na disenyo ni Cedric Ombina

Naglathala

CENTRAL BOOK SUPPLY INC.
927 Phoenix Building, Quezon Avenue, Quezon City
www.central.com.ph

MILLIONAIRE PUBLISHING SOLUTION
Balibago Complex, Santa Rosa City, Laguna
www.howtobecomeamillionaire.ph

Pagpapala sa *PAANO MAGING MILYONARYO?* ni Engr. Rich Magpantay

"Para sa akin, ito ay isa sa mga nagbibigay sa akin ng inspirasyon at hangarin na pwede ko ring marating ang tagumpay na hinahangad ko para sa aking pamilya, sa aking mga anak at sa susunod na henerasyon ng aking lahi. More Power and God bless."
-ENGR. JOEL MONTOJO, *OFW*

"Good day Sir Rich, ang dami ko po natutunan sa nyo lalo na yung paano matupad ang eksaktong pangarap. Sulit na sulit ang mag-purchase ng ganitong klaseng libro.
-NESTOR TABADA JR., *Network Leader*

"I enjoy it a lot... Full of wisdom and first hand info. Yung pakiramdam mo na ang nagsulat ay di nagdadamot ng impormasyon at talagang ginawa yung libro para makatulong at di lang para kumita... Nice work Engr :)"
-DAN ALDRICH TOLENTINO, *Seafarer*

"Good Morning Rich, it's a nice, inspiring, and at the same time challenging book that you have. Thank you for sharing. Keep it up!"
-KEN VILLANUEVA, *Network Leader*

"I learned 2 b more positive in evrything i do esp with d words i say, use d power of declaration 2 achieve my dreams, & having a purpose higher than my own."
-MARILYN CERZO, *Instructor*

Pagpapala sa *PAANO MAGING MILYONARYO?*
ni Engr. Rich Magpantay

"This book is simply brilliant! Rich guides you through the foundational aspects of holistic transformation to attain happiness and success. We share the same advocacy of prospering with purpose, which is why I have genuine admiration and respect for the author of this book. Highly recommended!"
>   -JOHN RODICA, Best Selling Author of
>   *8 Simple Tips for Young Entrepreneurs*

"Engr. Rich Magpantay has written a terrific helpful book on how we can become a millionaire. This is complete instruction how we can set ourselves to succeed in every aspect of our dreams. I recommend this book to everyone who has the willingness and tenacity to overcome challenges to realize their goal. Don't be let out in the road to becoming a millionaire... buy this book now!"
>   -JULIE COX, Best Selling Author of
>   *I Ordered My Future Yesterday*

"Thank you, Rich. I admire you for your book and your desire to help Filipinos become wealthy. Your book will bless a lot of people!"
>   -SHA NACINO, #1 Best Selling Author of
>   *Money & Me*

TALAAN NG MGA NILALAMAN

Paghahandog		6
Pambungad		7
Ang Manunulat		9
Panimula	Mag-isip Tulad ng Milyonaryo	11
Hakbang 1	Milyonaryong Isip	16
Hakbang 2	Milyonaryong Pangarap	29
Hakbang 3	Milyonaryong Batas	40
Hakbang 4	Milyonaryong Yaman	46
Hakbang 5	Milyonaryong Kita	53
Hakbang 6	Milyonaryong Puhunan	63
Hakbang 7	Milyonaryong Negosyo	76
Hakbang 8	Milyonaryong Gawain	100
Paglalakbay	Maging Milyonaryo Ngayon	122
Pambansang Awit ng Pilipinas		127
Awiting Inspirasyon		128
Nagpapasalamat na Pahintulot		129
Pamumuhunang Gabay		131
Walang Pananagutan		138

PAGHAHANDOG

Ang librong ito ay inihahandog ko sa mapagmahal kong asawa na si Jayreen, sa mga masayahin kong mga anak na sina Raven at Ritch, at nagpapasalamat na buhay sa Diyos.

PAMBUNGAD

Pagtanggap

Magandang umaga, kaibigan. Maraming salamat sa buong-pusong pagtanggap ng librong ito. Ako ay nagagalak na makapagsilbi sa maraming tao.

Ang librong ito ay pribado mo ng pag-aari at maaaring sulatan ng may-ari ang mga naiisip, pinapangarap, mga batas, yaman, kita, puhunan, negosyo at mga gawain, saan mang pahina na naisin. Layunin ng librong ito na maibahagi ang mga karunungan ng walong madadaling hakbang para maging masaya, mapagmahal at nagpapasalamat na Milyonaryo sa lahat ng aspeto ng buhay: emosyonal, intelektwal, ispiritwal, pisikal at materyal.

Maaaring dalhin palagi ang librong ito saan man magpunta para maipakita sa mga taong minamahal. Hinahangad kong makasanayang basahin ang librong ito sa araw at sa gabi para maging gabay sa positibong paglalakbay sa mundo ng tagumpay at kayamanan. Kung handa ng makamit nang buong-puso ang positibong pagbabagong mangyayari sa buhay, maaari lang na pirmahan ito ngayon para matanggap ang pinagpalang pangarap na hinahangad.

Buong Pangalan: _____
Petsa: _____
Pirma: _____

Bukas na Isip at Puso

Bago ko simulang ipaliwanag ang walong madadaling hakbang para maging Milyonaryo, humihingi ako ng pahintulot na buksan ang iyong isipan at puso sa bagong pamamaraan na ipapaliwanag ko para mas madaling maintindihan ang lahat ng mga karunungan na nakasulat sa librong ito. Mas madali at mas magiging malawak ang pang-unawa kung hahayaan maging bukas ang iyong isipan at puso.

Ang Basong Walang Laman

Isipin ang isang basong walang laman. Kung lalagyan ng tubig ang baso ay unti-unti itong mapupuno. Para maraming tubig ang mailagay sa baso, mas mainam kung lalakihan ito. Ihalintulad naman natin ang baso sa buhay. Kapag binasa ang mga nakasulat dito ng may malawak at bukas na isipan, mas maiintindihan ang walong madadaling hakbang na ipapaliwanag ko na makakatulong sa iyo para mabilis makamit ang iyong mga pangarap.

Dahilan ng Pagsulat

Simple lang naman ang dahilan kung bakit ko isinulat ang librong ito. Nais kong matulungang buksan ang isipan at puso ng kapwa ko Pilipino habang tinutupad ang pangarap kong maging Milyonaryo ang bawat Pilipino sa madali at mabuting paraan. Ang pagiging Milyonaryo ay mas makabuluhan at ganap kung ang tao ay masaya, mapagmahal at nagpapasalamat sa lahat ng aspeto ng buhay: emosyonal, intelektwal, ispiritwal, pisikal at materyal. Ang tagumpay na ito ay magsisimula sa walong madadaling hakbang. Tayo nang magsimula sa paglalakbay.

Hayaang dumating ang mga eksaktong pangarap,

ENGR. RICH MAGPANTAY

ANG MANUNULAT

Si Engr. Rich Magpantay ay isang ordinaryong tao na nagsimula sa mababa bago makamit ang pinangarap na tagumpay, isang hakbang sa bawat pagkakataon. Nagmula siya sa probinsya ng Camarines Sur bilang isang tindero at nag-aral sa Maynila sa kagustuhang magkaroon ng magandang trabaho.

Sa batang edad, lagi niyang tinatanong kung bakit ang mayayaman ay lalong yumayaman at kung ano ang mayroon sa isang taong mayaman. Sa kaniyang paglipat-lipat ng trabaho, sa pagtaas ng posisyon, sa paglalakbay sa anim na kontinente ng mundo: Asya, Europa, Hilagang Amerika, Australya, Aprika at Timog Amerika, at pakikisalamuha sa iba't ibang uri ng tao, nagkaroon ng kasagutan ang kaniyang mga tanong. Natutunan niya ang dahilan ng pagyaman ng isang tao at ang mga tamang gawain ng isang tunay na mayaman.

Ginawa niya ang bawat hakbang sa pagyaman at ikinumpara ang sarili sa ibang taong matagumpay at mayaman na. Natuklasan niya na pagkatapos lang ng 28 araw na gawain ay maaari nang maging Milyonaryo ang isang ordinaryong tao. Napagtanto rin niya na ang lahat ng bagay na nangyayari o dumarating sa buhay ay bahagi ng mga plano ng Diyos para matupad ang pangarap na tagumpay at pagyaman.

Ngayon, si Engr. Rich Magpantay ay isa sa mga tanyag na manunulat at tagapagsanay sa larangan ng pagtagumpay at pagyaman sa Pilipinas dahil sa pangarap niyang maging masaya, mapagmahal at nagpapasalamat na Milyonaryo ang bawat Pilipino sa lahat ng aspeto ng buhay: emosyonal, intelektwal, ispiritwal, pisikal at materyal.

Bukod sa hilig niya sa pagsusulat at pagbabahagi ng karanasan sa pagyaman, isa rin siyang matagumpay na Electronics Engineer. Siya ay nakapagsulat ng dalawang Maritime Training Module na layuning tulungan ang mga marino sa tamang pag-aayos ng mga kargamento sa barko at maging pamilyar sa mga ito. Kinagigiliwan niya ring magbasa ng mga libro tungkol sa kasaysayan ng mga matatagumpay at mayayaman na tao. Siya ay may mapagmahal na asawa, masayahing mga anak at nagpapasalamat sa Diyos.

Sa librong ito, ibabahagi niya ang maraming taon ng karunungan na natutunan niya mula sa mga karanasan sa pakikisalamuha sa maraming tao at pagtatrabaho sa iba't ibang kumpanya na naging gabay niya sa pagtagumpay at pagyaman.

PANIMULA
MAG-ISIP TULAD NG MILYONARYO

KASABIHAN

"Ang Milyonaryo ay nag-iisip na makapagsilbi sa maraming tao."

KAHULUGAN

MILYONARYO
Mayamang tao: taong kumikita ng isang Milyong piso o higit pa sa bawat buwan.

KARUNUNGAN

Gisingin ang Milyonaryong Agila

Sa pagbabasa ng mga libro ay marami akong natutunan na bagay na nakatulong para mapalawak ko ang karunungan ko tungkol sa pagtagumpay at pagyaman. Isa sa mga nabasa ko ay tungkol sa kwento ng agila.

Mayroong isang agila na nangitlog sa puno. Isa sa mga itlog nito ay nahulog sa lupa. Ang itlog ng agila ay gumulong at napasama sa mga itlog ng itik. Pagkalipas ng ilang araw ay napisa ang itlog ng agila kasama ang mga itlog ng itik. Lumaki ang agila na kasama ang mga itik; bagama't isang agila ay namuhay at nakisalamuha ito sa mga itik na nasa bukirin. Sa kaniyang paglaki ay may nakita itong agila na nakakalipad nang mataas.

Lumipad ang agila gaya ng kaniyang nakita at naging mataas at matayog ang kaniyang paglipad. Nagising ang tunay na anyo nito bilang isang agila.

Kung ihahalintulad ito sa buhay, ang lahat ng nilalang sa mundo, gaya ko, ay agila o Milyonaryo; ngunit dahil sa mga kinamulatan sa buhay at nakikita sa kapaligiran, nakasanayan kong mamuhay rin ng mababa. Ang kailangan ko lang gawin ay maghanap ng magiging inspirasyon na siyang tutularan ko; isang taong matagumpay at mayaman. Kapag nahanap ko na ang taong magiging inspirasyon ko ay magigising ang Milyonaryong agila na mayroon ako.

Mag-isip Tulad ng Milyonaryo

Isang araw, habang binabasa ko ang listahan ng mga pinakamayayamang tao sa Pilipinas sa taong 2013, namangha ako sa isang tao dahil siya ang pinakabata sa listahan sa edad na 36 anyos. Ang binabanggit ko ay si Edgar Sia, ang nagtatag ng isa sa pinasikat na kainan sa Pilipinas na Mang Inasal. Ang pangarap niyang magsilbi ng masarap na inihaw na manok ang siyang nagbigay-daan para mapabilang siya sa pinakamayamang tao sa Pilipinas. Kung nagawa niyang maging Milyonaryo ay maaari ko ring makamit ang hinahangad na tagumpay at kayamanan sa pamamagitan ng pagsisilbi sa maraming tao sa Pilipinas.

Ang Pagiging Milyonaryo ay Nasa Isip at Puso

Ang pagiging Milyonaryo ay nagsisimula sa isip at puso. Marami akong nakilalang tao na naging Milyonaryo kahit na hindi nakapagtapos ng pag-aaral o hindi matalino sa paaralan. Ang nakita kong katangian sa kanila ay ang pagkakaroon nila ng pangarap na maging Milyonaryo. Ang pangarap na ito ang nagbigay sa kanila ng inspirasyon para magsumikap na matutunan ang pamamahala ng isang negosyo. Nagpursigi sila sa pagnenegosyo sa loob ng maraming taon para matupad ang hinahangad na pangarap na maging Milyonaryo.

Mga Milyonaryo ng Mundo

Narito ang listahan ng mga Milyonaryo ng mundo:

Nangungunang kilalang bituin: mang-aawit, artista, atleta	1%
Nangungunang nagbebenta	5%
Nangungunang espesyalista: abogado, doktor	10%
Nangungunang nagpapatupad ng kumpanya	10%
Negosyante	74%

Sanggunian: "8 Secrets of the Truly Rich" ni Bo Sanchez

Sa listahang ito ng mga Milyonaryo ay napakarami palang porsiyento ng mga negosyante ang yumaman. Hindi ko pala kailangang maging super pogi gaya ni Aga Muhlach, magaling na artista gaya ni John Lloyd Cruz, super boksingero gaya ni Manny Pacquiao o super talino gaya ng mga abogado at doktor para maging Milyonaryo. Maraming naging Milyonaryo sa pagnenegosyo dahil sa pagsusumikap at pagpupursigi na ituloy ang negosyo na may kahalong pagmamahal at kasiyahan sa kanilang ginagawa.

Ang Pagiging Milyonaryo ay Magsisimula Ngayon

Ang librong ito ay nagtataglay ng lahat ng impormasyon na kailangang malaman sa pagtagumpay at pagyaman para maging Milyonaryo. Kapag nalaman at natutunan ang impormasyong ito at nagamit sa pang araw-araw na buhay, magsisimula nang mamuhay na tulad ng isang Milyonaryo. Ang pagiging Milyonaryo ay magsisimula ngayon. Hayaang dumating ang mga pangarap sa pamamagitan ng walong madadaling hakbang para maging masaya, mapagmahal at nagpapasalamat na Milyonaryo sa lahat ng aspeto ng buhay: emosyonal, intelektwal, ispiritwal, pisikal at materyal.

Walong Madadaling Hakbang para Maging Milyonaryo

Sa mga susunod na pahina ng libro ay ibabahagi ko ang karunungan ng walong madadaling hakbang para maging Milyonaryo na makakatulong para sa madali at mabilis na pagtupad ng mga pinapangarap.

Ang unang hakbang ay tungkol sa Milyonaryong Isip na magpapaliwanag kung gaano kalakas ang positibong pag-iisip para makamit ang lahat ng naisip at malaman kung ano ang angking talento.

Ang pangalawang hakbang ay tungkol sa Milyonaryong Pangarap na magpapaliwanag kung paano magkaroon ng eksaktong pangarap para ito ay magkatotoo.

Ang pangatlong hakbang ay tungkol sa Milyonaryong Batas na magpapaliwanag kung anong mga kasunduan ang mainam gawin para sa pagtagumpay at pagyaman.

Ang pang-apat na hakbang ay tungkol sa Milyonaryong Yaman na magpapaliwanag kung ano ang magandang pag-uugali tungkol sa kayamanan.

Ang panlimang hakbang ay tungkol sa Milyonaryong Kita na magpapaliwanag kung ang trabaho o negosyo ba ang magpapayaman sa tao.

Ang pang-anim na hakbang ay tungkol sa Milyonaryong Puhunan na magpapaliwanag kung ano ang mga paraan para mapalago ang kaalaman at kayamanan.

Ang pampitong hakbang ay tungkol sa Milyonaryong Negosyo na magpapaliwanag kung ano ang mga negosyo ng mga mayayaman na tao.

Ang pangwalong hakbang ay tungkol sa Milyonaryong Gawain na magpapaliwanag kung paano gagawing madali ang mga gawain para maging Milyonaryo.

Tayo nang magsimula sa unang hakbang para maging masaya, mapagmahal at nagpapasalamat na Milyonaryo sa susunod na pahina.

HAKBANG 1
MILYONARYONG ISIP

KASABIHAN

"Ang positibong pag-iisip ay ang magpapalabas ng angking talento na magagamit para makapagsilbi sa maraming tao."

KAHULUGAN

ISIP
Pag-iisip: ang bahagi ng isip na nagbibigay ng kagustuhan, damdamin, pang-unawa, paniniwala, pagka-malikhain, angking talento at nagtataglay ng karanasan at karunungan.

KARUNUNGAN

Ang Pag-iisip

Makapangyarihan ang pag-iisip ng tao dahil kaya nitong makamit ang lahat ng naiisip kung ito ay paniniwalaan nang buong-puso. Ayon kay Napoleon Hill, *"Whatever the mind of man can conceive and believe, it can achieve."* Napakahalaga na positibo ang pag-iisip para makamit ang lahat ng pinapangarap natin. Nakakamit ang pinapangarap na naisip kung laging masaya ang pakiramdam, mapagmahal sa kapwa at nagpapasalamat sa Diyos.

Masaya na Pag-iisip

Nagiging maganda ang lahat ng bagay na dumarating sa buhay kung masaya ang pag-iisip. Maaari pa ring pagandahin maging ang hindi magagandang pangyayari sa buhay kung laging masaya ang pag-iisip. Kaya ang lagi kong sinasabi, "Ako ay may masayahing pag-iisip; lahat ng bagay na nangyayari ay bahagi ng buhay na maaaring magdulot ng kasiyahan sa bawat oras."

Mapagmahal na Pag-iisip

Nagiging mapagmahal ang pag-iisip kung lagi kong inaalala ang mga mahahalaga sa buhay tulad ng mapagmahal na asawa, mga masayahing anak, malulusog na magulang at mabubuting taong nasa paligid ko. Kung ang bawat tao ay may mapagmahal na isipan, magiging napakaganda ng buhay dahil ang bawat tao ay magiging biyaya sa kaniyang kapwa. Kaya ang lagi kong sinasabi, "Ako ay mapagmahal na asawa, magulang, anak at kaibigan."

Nagpapasalamat na Pag-iisip

Ang nagpapasalamat na pag-iisip ay nakakatulong para makamit ang pangarap dahil ang mga taong laging nagpapasalamat ay siyang nagtatagumpay. Binibiyayaan ng Diyos ang taong nagpapasalamat sa lahat ng pangyayari sa buhay. Halimbawa, kung malakas ang halakhak ng anak ko dahil masaya siyang naglalaro sa bahay, nagpapasalamat ako dahil nakakapagsalita ang anak ko. Ipagpapasalamat ko ang mga pagkakataong pinagsasabihan ako ng mapagmahal kong asawa dahil tanda iyon na kami ay magkasama sa bahay at may pagmamahal sa isa't isa. Ang maraming labada ay tanda naman na may damit kaming naisusuot. Ang mga hindi magandang kalye? Salamat pa rin dahil nangangahulugan ito ng trabaho para sa mga tao. Kaya ang lagi kong sinasabi, "Ako ay labis na nagpapasalamat sa Diyos para sa lahat ng tao sa paligid ko at mga bagay na nakikita ko."

Positibong Pag-iisip

Napakalakas ng pag-iisip ng tao kung ito ay gagamitin sa positibong pamamaraan. Halimbawa, ang anak ng manunulat na si Napoleon Hill ay isinilang na hindi normal ang tainga kaya naman hindi rin ito nakakarinig at nakakapagsalita. Ayon sa doktor, imposible na makarinig at makapagsalita ang sanggol dahil walang butas ang tainga nito. Sa kabila nito, naging desidido si Napoleon na makarinig ang anak niya. Sanggol pa lang ay araw-araw ng iniisip ni Napoleon na makakarinig at makakapagsalita rin ang anak na tulad ng isang normal na tao. Isang himala ang nangyari sa kanilang buhay. Habang lumalaki ang kaniyang anak ay unti-unti itong nakakarinig. Dumating ang panahon na nakapagtapos ng pag-aaral ang anak ni Napoleon sa eskwelahan ng mga normal na tao na may normal na pandinig at pananalita dahil tinulungan siya ng isang kumpanya sa pamamagitan ng isang *hearing aid*.

Pinatunayan ng karanasang ito na napakaimportante na sanggol pa lamang ay ipinaparinig na ang magagandang salita at pangarap para maging maganda ang buhay at mamulat sa kagandahan ng Pilipinas. Kaya ang lagi kong sinasabi, "Ako ay may positibong pag-iisip at hangga't maaari ay gumagamit ng magagandang salita."

Ang Angking Talento

Nagpapasalamat ako sa hilig kong magbasa ng libro dahil marami akong natutunan na bagay tungkol sa positibong pag-iisip para magamit ko sa pang araw-araw na buhay. Ang mga kaalamang ito ay naging inspirasyon ko para ilikha ang konseptong angking talento. Ang *angking talento* ay regalong kaloob ng Diyos sa bawat tao na magagamit para makapagsilbi sa maraming tao. Ang pagkakaroon ng angking talento ay nagmumula sa pagkakaroon ng positibo at masayahing pag-iisip at lumalabas ayon sa nararamdaman at nararanasan sa buhay.

Ang paggamit ng angking talento ay makakatulong para makagawa ng bagong paraan na magpapadali sa mga nakasanayang gawain o makalikha ng bagong bagay na makakapagpasaya sa maraming tao.

Walong Paraan na Magpapalabas ng Angking Talento

Ang walong paraan na magpapalabas ng angking talento ng isang tao:
1. Inspirasyon
2. Pagmamahal
3. Pagsikat
4. Pag-awit
5. Pakikipagkaibigan
6. Pakikipagtulungan
7. Matinding karanasan
8. Pagdarasal

Ang walong paraan na magpapalabas ng angking talento ay ibinatay ko sa librong "Think and Grow Rich" ni Napoleon Hill (1937). Sa walong ito, pinakauna ang inspirasyon o matinding paghanga dahil dito nagsisimulang magkaroon ng pangarap ang isang tao. Importante rin ng pagkakaroon ng positibong reaksyon mula sa importanteng tao sa paligid ko gaya ng pagmamahal at pagsikat o rekognisyon para maipakita ang galing ko. Mabuti rin na umawit nang maganda at makinig sa mga awiting nagbibigay inspirasyon tulad ng tunog ng kalikasan o yaong mga instrumental na awitin. Ang pakikipagkaibigan ay gumagabay para tulung-tulong na makaisip ng magagandang bagay at makapagdesisyon nang may wastong isipan. Ang matinding karanasan naman ang magbibigay-aral para mag-isip ng magandang paraan para mabago ang sariling buhay. Sa huli, ang paulit-ulit na pagdarasal ay siyang magpapalabas ng angking talento ng isang tao. Kapag pinagsama-sama ang walong paraan na ito ay makakamit ang pagiging isang *malikhaing henyo* na may angking talento ang isang tao.

Ang Angking Talento Ko

Matalino at may positibong paniniwala ako sa buhay, iyan ang angking talento ko. Nakikita ko ang positibong mukha sa anumang sitwasyon. Nadiskubre ko ito noong ako ay nasa *third year high school,* nang bigla akong manguna sa klase. Ito ay bagong pangyayari sa akin noon dahil hindi naman ako nanguna sa klase noong nasa elementarya pa lang ako. Naaalala kong ito ay dahil sa pagkakaroon ng inspirasyon, kaya naman ginusto kong mapansin at makilala niya ako. Ang inspirasyong ito ang nagbigay sa akin ng labis na kasiyahan o masayahing pag-iisip, kaya naman mas nauunawaan ko at mabilis kong nakukuha ang lahat ng mga itinuturo ng aking mga guro.

Mula noon ay naipakita ko na ang angking talento ko. Noong nag-aral ako sa Mapua Institute of Technology ng kursong Electronics Engineering, sinasabi ng mga kakilala na, "Ang sinumang makakapagtapos ng kursong ito na pasado sa lahat ng asignatura ay matatawag na *genius*." Lalo akong ginanahang mag-aral sa mga katagang ito kung kaya't pinagbutihan ko ang pag-aaral. Mas pina-igting ko pa ang talino at sipag na ito ng kagustuhang makahanap ng magandang trabaho balang araw. Sa loob ng limang taon na pag-aaral ko ay naipasa ko ang lahat ng asignatura sa kolehiyo at naging *academic* at DOST scholar pa.

Habang sakay naman ako ng barkong Mell Shepherd ay bigla akong napaisip kung paano ko magagamit ang angking talento ko para makapagsilbi sa maraming tao. Sa barko ko nasimulan ang pagsusulat ng librong ito. Sa aking pagmumuni-muni, napag-alaman ko na ibig sabihin ng *shepherd* ay gabay. Kinuha ko itong senyales sa paggamit ng angking talento ko. Ang barko ang naging gabay ko kaya ako nakapagsulat ng libro. Naniniwala ako na ang bawat nakikita at nararanasan ng tao ay mga simbolo ng nilagay ng Diyos para makatulong sa pagtuklas ng sariling angking talento.

Mga Karanasang Nagpatunay sa Angking Talento

Maaaring itanong sa iyong sarili, "Paano ko malalaman ang angking talento ko?" Para sa akin, simple lang ang kasagutan. Ginamit ko ang mga karanasan ko at mga gawaing nagdudulot sa akin ng kasiyahan bilang nagpapatunay ng kung ano talaga ang angking talento ko. Ang mga naikwento kong karanasan sa buhay na pangunguna ko sa klase ang nagpalabas ng talino ko. Mas napaigting pa ito ng maging idolo ko si Dr. Jose Rizal, ang ating pambasang bayani. Gaya ni Rizal, nagbasa rin ako ng mga libro at napag-alamang nagdudulot pala ito ng kasiyahan sa akin. Kinawiwilihan ko ang pagbabasa ng librong nagtatampok ng mga talambuhay ng matatagumpay at mayayamang tao. Masaya ako kapag nagpupunta ako sa mga *book store* para mamili ng mga libro. Gayun din naman, masaya ako sa pagsulat ng dalawang librong nagtuturo sa mga marinong tulad ko para maging pamilyar sa mga kargamento sa barko at maging mahusay sa pag-aayos ng mga nito. Lahat ng ito, sa tingin ko, ang siyang humasa sa matalinong pag-iisip ko.

Ang Pangalan at Angking Talento

Gaya ng nabanggit ko, ang mga karanasan ay simbolo na nilagay ng Diyos para tulungan akong tuklasin ang angking talento ko. Halimbawa, ang alyas na Rich ay nangangahulugan sa tagalog na mayaman, samantalang ang apelyidong Magpantay naman ay nangangahulugang pantay-pantay. Kung pagsasamahin ang dalawa, mangangahulugang ito ng pantay-pantay na kayamanan sa mundo.

Si Dr. Jose Rizal ang bayani ng buhay ko. Siya ang sumulat ng mga librong "Noli Me Tangere" at "El Filibusterismo" na bumuhay sa kamalayan ng mga Pilipino tungo sa malayang bansa. Nilalayon naman ng librong ito na mapalaya ang mga Pilipino mula sa kasalukuyang estado ng buhay tungo sa pagyaman.

Ang mga inisyal ng pangalan ng minamahal ko sa buhay tulad ng mapagmahal na asawa at mga masayahing anak ay RJ na kung susuriin ay inisyal na Rizal Jose na sadyang may dahilan.

Ano ang Sariling Angking Talento?

Para malaman ang sariling angking talento, tanungin sa sarili ang mga sumusunod:

- ✓ Anu-ano ang mga magagandang karanasan ko?
- ✓ Anong mga bagay ang nagpapasaya sa akin?
- ✓ Anong mga gawain ang nagpapasaya sa akin?
- ✓ Ano ang mga trabaho na handa akong gawin kahit walang kapalit na halaga?
- ✓ Anu-ano ang mga magandang katangian ko?
- ✓ Anu-ano ang mga magandang katangian ko na sinasabi ng mga kakilala ko?
- ✓ Saang lugar ako nagiging masaya?
- ✓ Sino ang kilala kong matagumpay na tao?

Halimbawa ng mga Angking Talento

May mga pagkakataong nakakapagsilbi ako sa maraming tao para malaman nila ang kanilang angking talento sa pamamagitan ng pagtatanong ko sa kanila ng: "Ano ang mga magagandang karanasan mo? Anong bagay o gawain ang nagpapasaya sayo? Ano ang mga alam mong magagandang katangian mo at sinasabi ng mga kakilala mo? Saang lugar ka nagiging masaya? Sino ang mga kilala mong matagumpay na tao? Ano ang mga gusto mong gawin kahit walang kapalit na halaga?"

Ikukwento ko ang mga karanasan ko kung paano ako nakapagsilbi sa iba para malaman nila ang gamit ng kanilang angking talento. Bukod sa pagiging matalino at positibong paniniwala sa buhay, may isa pa akong regalong kaloob ng Diyos sa akin; iyon ay ang malaman kung paano magagamit ang angking talento ng bawat tao para maging matagumpay sila at yumaman.

Ikinuwento sa akin ni Ferdie, kasamahan ko sa barko, na natutuwa siya habang nanood ng gumagawa ng tinapay. Ang paborito niyang pagkain ay tinapay at dito rin siya ipinaglihi. Ang tinapay na gusto niya ay ensaymada. Bukod sa tinapay, mahilig rin siya sa tsokolate. Hindi niya alam kung anong negosyo ang kaniyang sisimulan. Ang sabi ko sa kaniya, kung gusto niyang maging matagumpay at yumaman sa pagnenegosyo ay magsimula siyang gawin ang bagay na gustong-gusto niya at masayang masaya siya kapag ginagawa ito. Iyon ay sa pamamagitan ng paggawa ng pinakamasarap na tsokolateng ensaymada dahil ito ang kaniyang angking talento na kaloob ng Diyos.

Ang pangalawang kwento naman ay tungkol kay Romy, kasamahan ko rin sa barko. Ikinuwento niya na mahilig siyang manood ng pelikulang aksyon at nakita ko sa kaniya na may talento siya sa pananamit dahil mayroon siyang sariling estilo ng pagsusuot ng salamin araw-araw. Ang gusto niyang gawin ay manood ng mga telenobela sa telebisyon. Sabi ko kaniya, maaaring ang angking talento niya ay pagiging *action star*. Ang kailangan niyang paghahanda ay maging malikhain sa pag-arte, pagsayaw at pagkanta para maging sikat na artista.

Ang pangatlong kwento naman ay tungkol kay Mike. Ikinuwento niya na mahilig siyang mamasyal sa bukirin at gusto niyang magtanim ng palay. Ang pangarap niya ay makakain ang lahat ng mga tao ng masarap na kanin mula sa abot-kayang presyo ng bigas at lumakas ang mga bata sa pagkain ng kanin. Ang gusto niyang negosyo ay palayan at ang paboritong kulay naman niya ay berde. Sinabi ko sa kaniya na gumawa siya ng paraan gamit ang angking talento na makalikha ng berdeng bigas na makakapagpalusog ng marami kapag ito ay kinain para matupad ang tagumpay at yaman.

Ang pang-apat na kwento naman ay tungkol kay Rey. Ikinuwento niya na kapag bakasyon ay gumagawa siya ng larawan gamit ang pinaggupit-gupit na kartolina para maging larawan ng kalikasan at masaya niyang ginagawa ito sa kanilang simbahan kapag may okasyon. Magaling din siyang magpintura at lumikha ng larawan ng kalikasan gamit ang imahinasyon. Ang sabi ko sa kaniya ay gamitin niya ang angking talento sa paggawa ng mga larawan ng kalikasan na ikinakabit sa dingding gamit ang mga natural na bagay sa kapaligiran para kapag nakita ang larawan ay tila nakakikita na rin ng magandang kapaligiran.

Ang panlimang kwento naman ay tungkol kay Joseph. Ikinuwento niya na mahilig siyang magluto ng litsong baboy kapag bakasyon at nagbebenta ng tingi-tingi nito sa mga kakilala. Nakita ko sa kaniya ang hilig niyang maglitson dahil siya mismo ang gumawa nito at masaya niyang ginagawa ito. Bukod sa paglilitson ay mahilig rin siyang mag-ihaw. Ang sabi ko kaniya, maaring ang angking talento niya ay magagamit niya sa pagnenegosyo ng pinakamasarap na inihaw na litsong baboy para magtagumpay at yumaman.

Ang pang-anim na kwento naman ay tungkol kay Bert. Ikinuwento niya na mahilig siyang maglinis ng kaniyang kapaligiran at mahilig sa bulaklak. Ang gusto niyang bulaklak ay orchids at mahilig siya sa mga okasyon. Ang sabi ko sa kaniya ay puwede niyang gawing negosyo ang pagbebenta ng mga pandekorasyon na orchids na magbibigay kulay sa bawat okasyon.

Ang pampitong kwento naman ay tungkol kay Jayreen, ang mapagmahal kong asawa. Ikinuwento niya na mahilig siyang manood ng pagluluto at gusto niyang pagkain ay cake. Ang paboritong prutas at pabango niya ay strawberry. Ipinayo ko sa kaniya na gawin niyang negosyo ang paggawa ng pinakamasarap na strawberry cake para maging matagumpay at yumaman.

Nakakatulong ako sa maraming tao para malaman nila ang kanilang angking talento para magamit nila sa pagsisilbi sa maraming tao. Ang kailangan lang gawin ay gamitin ang angking talento sa pagsisilbi at pagsumikapan na ituloy ang gustong-gustong gawin sa buhay ng maraming taon para magtagumpay at yumaman.

Gamitin ang Angking Talento

Nagamit ko ang angking talento ko na pagiging matalino at pagkakaroon ng positibong paniniwala sa pamamagitan ng pagsusulat ng librong "Paano Maging Milyonaryo?". Sa pamamagitan nito, makakapagbigay ako ng mga karunungan tungkol sa walong madadaling hakbang sa lahat ng tao para mamuhay bilang masaya, mapagmahal at nagpapasalamat na Milyonaryo sa lahat ng aspeto ng buhay: emosyonal, intelektwal, ispiritwal, pisikal at materyal. Layunin nitong makapagbigay ng inspirasyon sa maraming tao para matupad ang kanilang mga pangarap at makapagbigay ng pag-asa sa maraming tao para magkaroon ng magandang buhay sa pamamagitan ng positibong pag-iisip at mabuting pananalita.

Ano ang Tunay na Dahilan kung Bakit Nabuhay ang Tao?

Sa aking paglalakbay, nadiskubre ko na ang tunay na dahilan kaya nabubuhay ang tao ay para gamitin ang angking talento na kaloob ng Diyos para makapagsilbi sa maraming tao. Sa pamamagitan ng angking talento ay makakagawa ng mga bagong pamamaraan na siyang magpapadali ng mga nakasanayan nang gawain at makakalikha ng mga bagong bagay para mas maging masaya at maganda ang buhay ng tao. Makakabuti kung aalamin ko ang angking talento na kaloob sa akin ng Diyos at gagamitin ko ito para sa kapakanan ng iba.

Ang paggamit ng angking talento para makapagsilbi ang simula ng paglalakbay sa pagiging Milyonaryo. Tulad ni Henry Sy na nagsilbi sa pamamagitan ng pagbibigay ng maraming trabaho sa mga Pilipino sa SM Malls; ni Socorro Ramos, nagtatag ng National Book Store na nagsilbing tulay para higit na maraming Pilipino ang makapagbasa ng mga libro; ni Edgar Sia, ang nagsilbi ng masarap na inihaw na manok sa Mang Inasal sa buong Pilipinas; ni Bo Sanchez na nagpalaganap ng magandang balita ng Diyos at nagpasimula ng The Feast na itinuturing na isa mga pinakamasayang lugar sa mundo: ang mga Milyonaryong ito, kasama ng lahat ng mga Milyonaryo, ay nagsimula sa patuloy na nagsisilbi sa maraming tao. Tularan natin sila.

ANG MILYONARYONG ISIP

Ang unang hakbang para maging Milyonaryo ay ang pagkakaroon ng Milyonaryong Isip sa pamamagitan ng masayahing pakiramdam, pagiging mapagmahal sa kapwa, nagpapasalamat sa Diyos, pagkakaroon ng positibong pag-iisip, at pagtuklas sa angking talento. Sa pamamagitan ng positibong pag-iisip ay mapapalabas ang angking talento na kaloob ng Diyos para magamit sa pagsisilbi sa nakararami na tunay na dahilan kaya nabubuhay tao. Ang paggamit ng angking talento at pagsisilbi sa maraming tao ang panimulang hakbang para maging masaya, mapagmahal at nagpapalasamat na Milyonaryo sa lahat ng aspeto ng buhay: emosyonal, intelektwal, ispiritwal, pisikal at materyal. Lumalabas ang angking talento sa pamamagitan ng inspirasyon, pagmamahal, pagsikat, pag-awit, pakikipagkaibigan, pakikipagtulungan, matinding karanasan at pagdarasal.

PAGSASANAY

Sino ang tao na gagawin kong inspirasyon sa buhay?
   1.

Ano ang walong paraan na magpapalabas ng angking talento ko?
   1.
   2.
   3.
   4.
   5.
   6.
   7.
   8.

Sagutan ang mga sumusunod para malaman ang sariling angking talento.

1. Anu-ano ang mga magagandang karanasan ko?

2. Anong mga bagay ang nagpapasaya sa akin?

3. Anong mga gawain ang nagpapasaya sa akin?

4. Ano ang mga trabaho na handa akong gawin kahit walang kapalit na halaga?

5. Anu-ano ang mga magandang katangian ko?

6. Anu-ano ang mga magandang katangian ko na sinasabi ng mga kakilala ko?

7. Saang lugar ako nagiging masaya?

8. Sino ang kilala kong matagumpay na tao?

HAKBANG 2
MILYONARYONG PANGARAP

KASABIHAN

"Ang mga pangarap ay ang magbibigay ng direksyon sa buhay para maging matagumpay at mayaman."

KAHULUGAN

PANGARAP
Kagustuhan: buhay na nais makamit, bagay na nais magkaroon o nais gawin para mamuhay ng maayos at mas masaya.

KARUNUNGAN

Ang Pangarap

Napakahalaga na magkaroon ng pangarap ang lahat ng tao. Pangarap kong maging Milyonaryo, at pangarap ko ring tulungang maging Milyonaryo ang lahat ng Pilipino. Sa pangalawang hakbang ay ipapaliwanag ko kung ano ang magandang pangarapin para ito ay magkatotoo. Ang hakbang na ito ay base sa librong "Think and Grow Rich" ni Napoleon Hill (1937) na nakipanayam sa 25,000 tao sa loob ng 25 taon para malaman ang kung paano nila natupad ang kanilang mga pangarap.

Eksaktong Pangarap

Lahat ng tao ay nangangarap na yumaman, pero hindi lahat ay alam kung magkano ang yaman na hinahangad nila. Kaya hindi dumarating ang nais na pagyaman dahil hindi ito eksakto. Sa pamamagitan ng hakbang na ito ay nalaman ko kung paano gagawing eksakto ang pangarap ko para ito ay magkatotoo. May walong paraan para gawing eksakto ang pangarap.

1. Magkano ang halagang nais kong makamit?
2. Kailan ko ito nais dumating?
3. Ano ang gagawin ko para makamit ang halaga?
4. Ano ang mga plano kong maging para makamit ang nais na halaga?
5. Isulat sa papel ang ginawang plano.
6. Pirmahan ang ginawang plano.
7. Bigkasin ang ginawang plano pagkagising sa umaga.
8. Bigkasin ang ginawang plano bago matulog sa gabi.

Magkano ang Halagang Pangarap?

Anuman ang halagang pinangarap ko ay magkakatotoo kung ito ay nasa isipan at puso.

Kailan Darating ang Pangarap na Halaga?

Mahalaga na alam ko kung kailan o anong petsa darating ang halagang pinapangarap para magkatotoo.

Ano ang Gagawin para Makamit ang Pangarap?

Importanteng alamin kung ano ang kailangan kong gawin para magkaroon ng halagang nais na makamit.

Ano ang mga Planong Maging para Makamit ang Pangarap?

Inalam ko kung ano ang gusto kong maging para magkaroon ng halagang nais makamit.

Isulat ang Eksaktong Halaga, Eksaktong Petsa, Gagawin, at Planong Maging para Makamit ang Pangarap na Halaga sa Isang Malinis na Papel at Pirmahan ito

Sinulat ko sa papel ang nais na halaga, petsa kung kelan darating, anong gagawin para magkaroon ng nais na halaga, at ano ang gusto kong maging. Noong handa na akong matanggap ang eksaktong pangarap at handa na rin akong gawin ang mga isinulat na plano, pinirmahan ko ito bilang tanda ng aking dedikasyon at pangako sa sarili.

Basahin ang Naisulat na Eksaktong Pangarap

Tinitiyak kong lagi kong binabasa ang naisulat na eksaktong pangarap nang dalawang beses sa isang araw, isa pagkagising sa umaga at isa bago matulog sa gabi. Napakaimportante na naririnig ko ang eksaktong pangarap ko para maisaisip at maisapuso ko ito. Mahalaga rin na nararamdaman ko ang saya, pagmamahal at pagpapasalamat habang binibigkas ko ito para magbigay sa akin ng inspirasyon na gawin ang ipinangako ko sa sarili.

Ang Paggamit ng Eksaktong Pangarap

Si Andrew Carnegie, isang ordinaryong manggagawa ng bakal sa Amerika, ay isa sa mga gumamit ng ganitong paraan ng pangangarap at nagtagumpay. Mula nang gamitin niya ang pamamaraang ito ay nagkaroon siya ng mahigit isang daang milyong dolyar! Si Andrew ang nagbahagi kay Napoleon Hill kung paano gamitin ang eksaktong pangarap para magkatotoo ito.

Halimbawa ng Eksaktong Pangarap

Sa pagsunod ko sa paraang ito, nabuo ang eksakto kong pangarap. Pangarap kong magkaroon ng 1,000,000 piso at nais ko itong makamit ngayon hanggang sa Disyembre 1, 2014. Para makamit ito ay magsusulat ako ng librong "Paano Maging Milyonaryo?" gamit ang angking talento ko na pagiging matalino at pagkakaroon ng positibong paniniwala sa buhay. Gusto kong maging sikat na manunulat, kaya naman naniniwala akong makakapagbenta ako ng 1 milyong kopya ng librong ito sa Pilipinas. Ang angking talento ko sa pagsulat ng libro ay magagamit ko para makapagsilbi sa maraming tao para maging masaya, mapagmahal at nagpapasalamat na Milyonaryo ang bawat Pilipino sa lahat ng aspeto ng kanilang buhay: emosyonal, intelektwal, ispiritwal, pisikal at materyal.

1. Magkano ang halagang nais kong makamit: 1,000,000 piso
2. Kelan ko ito nais makamit: ngayon hanggang sa Disyembre 1, 2014
3. Ano ang gagawin ko para makamit ito: Sumulat ng librong "Paano Maging Milyonaryo?"
4. Ano ang plano kong maging para makamit ito: Maging sikat na manunulat na makakapagbahagi ng 1 milyong kopya ng libro para ang lahat ng Pilipino ay maging masaya, mapagmahal at nagpapasalamat na Milyonaryo sa lahat ng aspeto ng kanilang buhay: emosyonal, intelektwal, ispiritwal, pisikal at materyal.
5. Isinulat ko ang eksaktong pangarap ko sa papel: "Ako ay masaya, mapagmahal at nagpapasalamat dahil ako ay nagkakaroon na ng 1,000,000 piso mula ngayon hanggang sa petsang Disyembre 1, 2014. Ako ay masaya, mapagmahal at nagpapasalamat dahil ako ay nakapagsulat ng librong "Paano Maging

Milyonaryo?" Ako ay masaya, mapagmahal at nagpapasalamat dahil ako ay nagiging sikat na manunulat na nagbabahagi ng 1 milyong kopya nito sa buong Pilipinas. Ang mga Pilipinong nakakabasa at natututo mula rito ay nagiging masaya, mapagmahal at nagpapasalamat na Milyonaryo sa lahat ng aspetong emosyonal, intelektwal, ispiritwal, pisikal at materyal ng kanilang buhay."

6. Pinirmahan ko ang naisulat na eksaktong pangarap.
7. Binibigkas ko ito pagkagising ko sa umaga nang may masaya, mapagmahal at nagpapasalamat na damdamin.
8. Binibigkas ko ito bago matulog sa gabi nang may masaya, mapagmahal at nagpapasalamat na damdamin.

Pangkalahatang Pangarap

Bukod sa pagkakaroon ng eksaktong pangarap para makuha ang halagang nais na makamit, mahalaga rin ang pagkakaroon ng pangarap sa lahat ng aspeto ng buhay: pangarap na emosyonal para sa sarili, sa kapwa at sa kapaligiran, intelektwal, ispiritwal, pisikal at materyal.

Pangarap na Maging Mas Mapagmahal sa Kapwa

Ang pangarap ko na maging mas mapagmahal sa kapwa, lalo na sa aking pamilya, ay nagbibigay-daan para makamit ko ang tagumpay at yaman na hinahangad ko. Naaakit ng isang taong mapagmahal ang lahat ng hinahangad niyang pangarap dahil sa nag-uumapaw na pagmamahal niya sa maraming tao. Sinulat ko ang librong ito para ang lahat ng tao ay mas lalong maging mapagmahal sa pamilya at sa mga nakapaligid sa kaniya.

Itanong sa sarili, "Ano ang mga pangarap kong gawin para maging mas mapagmahal sa kapwa?"

Pangarap na Makapagsilbi sa Maraming Tao

Pangarap ko ring makapagsilbi sa maraming tao gamit ang angking talento ko. Sa pamamagitan ng libro kong ito, matutulungan ko ang maraming tao na maging Milyonaryo rin sa lahat ng aspeto ng kanilang buhay.

Itanong sa sarili, "Anu-ano ang mga pangarap kong gawin sa buhay para makapagsilbi sa maraming tao gamit ang aking angking talento?"

Pangarap na Maging Mas Mapagmahal sa Kapaligiran

Ang pangarap na maging mapagmahal sa kapaligiran tulad ng mga agila, isda, puno, bulaklak, halaman, ulap, hangin, bundok, lupa, ilog, dagat, daan at lahat ng may buhay ay isang mahalagang gawain para makamit ang pangarap na maging matagumpay at mayaman. Kung iisipin, sa kapaligiran nanggagaling ang magagandang bagay o paraan na makakapagbigay ng solusyon sa pagkamit ng tagumpay at yaman.

Itanong sa sarili, "Anu-ano ang mga pangarap kong gawin para maging mas mapagmahal sa kapaligiran?"

Pangarap na Maging sa Buhay

Bukod sa paggawa ng eksaktong pangarap, naghanap ako ng mga taong matagumpay at mayaman para maging inspirasyon ko sa buhay. Inalam ko kung paano sila nagsimula at kung ano ang kanilang ginagawang mga hakbang para maging matagumpay o mayaman sa buhay.

Sa aking paglalakbay tungo sa pagiging Milyonaryo, nakilala ko si Robert Kiyosaki, sikat na manunulat ng librong "Rich Dad, Poor Dad". Tinawag ko siyang *Rich Dad* dahil sa magagandang aral niya tungkol sa pagyaman. Nagsilbi siyang inspirasyon sa akin bilang ama. Matagal na akong naghahanap ng tatayong ama sa akin dahil pitong taong gulang lang ako nang kunin ng Diyos ang ama ko. Lagi akong naghahanap ng taong magtuturo sa akin kung paano yumaman hanggang sa makilala ko si *Rich Dad*. Kay *Rich Dad* ko natutunan ang tamang paghawak ng kita sa pamamagitan ng mga libro niya.

Nakuha ko rin ang ideya na ibahagi ang lahat ng karunungan ko tungkol sa pagyaman sa pamamagitan ng pagsusulat ng libro. Nagsilbi siyang inspirasyon sa akin para maging sikat rin akong manunulat.

Itanong sa sarili, "Sino ang gusto kong tularan para maging matagumpay sa buhay at maging mayaman?"

Pangarap na Gawin sa Buhay

May mga pangarap akong gawin sa buhay tulad ng pagsusulat ng libro, pagsali sa *network marketing*, pamumuhunan sa *stock market*, pamumuhunan sa *forex trading*, pamumuhunan sa bahay-paupahan, pagbebenta ng bahay, pagbebenta ng memoryal na lupa, pagbebenta ng *insurance*, pagbabakasyon sa Hong Kong at Davao kasama ang aking pamilya at paglalakbay sa anim na kontinente ng mundo. Ang lahat ng ito ay nagawa ko na dahil nangarap akong gagawin ko ang mga ito! Kaya naman sigurado akong lahat ng bagay na gugustuhin ninuman ay matutupad din kung ito ay isasaisip at isasapuso.

Itanong sa sarili, "Anu-ano ang mga pangarap kong gawin sa buhay?"

Pangarap na Maging Laging Nagpapasalamat sa Diyos

Ang pangarap na maging laging nagpapasalamat sa Diyos ay napakahalaga para maging maganda ang paniniwala sa buhay. Ang bawat pangyayari at mga bagay na dumarating sa akin ay biyayang ipinagkaloob ng Diyos para magsilbing hakbang tungo sa tagumpay at yaman na hinahangad ko. Ang pagpapasalamat ay susi sa tunay na tagumpay at yaman. Dahil sa Kaniya kaya ako nabubuhay at lahat ng bagay na kailangan ko ay palagi Niyang ibinibigay.

Itanong sa sarili, "Anu-ano ang mga hakbang na gagawin ko para nagpapasalamat lagi sa Diyos?"

Pangarap na Magkaroon ng Mabuting Pangangatawan

Pangarap ko ring maging mayaman sa pisikal na aspeto ng buhay ko sa pamamagitan ng pagkakaroon ng mabuting pangangatawan. Kapag ang katawan ay malusog, magaan ito sa pakiramdam. Para masabing ganap akong mayaman, kailangang mayroon akong magandang pangangatawan, kaya naman sinasanay ko ang aking sarili na kumain ng masustansiyang pagkain tulad ng gulay at prutas, uminom ng malinis na tubig, mag-ehersisyo araw-araw, at magkaroon ng masayahing pakiramdam. Napansin ko rin ang pagkakaroon pala ng *healthy lifestyle* ay nakakapagpagaling ng anumang karamdaman.

Itanong sa sarili, "Ano ang pangarap kong gawin para magkaroon ng mabuting pangangatawan?"

Pangarap na Magkaroon sa Buhay

Nangarap ako na magkaroon ng bahay na nagkakahalagang 1 milyong piso at sasakyan na nagkakahalaga ng 500 libong piso. Nagsikap ako nang husto at nagpursigi para magkaroon ng mga ito. Matapos ang ilang taon ng pagsusumikap, dumating rin ang pinangarap kong bahay at sasakyan! Importante pala talaga na may pangarap dahil nagkakaroon ng direksyon ang buhay, lalo na kung alam ko kung magkano ang kailangan kong kitain para makamit ang pangarap na bahay at sasakyan. Ang pagkakaroon ng direksyon sa buhay ay parang barko din; kapag ang barko ay may direksyon, nakakarating ito sa paroroonan. Kaya kung may pangarap ako ay tiyak na makakagawa rin ako ng paraan para makamit ang mga ito.

Itanong sa sarili, "Anu-ano ang mga bagay na pangarap kong makamit sa buhay? Magkano ang eksaktong halaga ng bahay, sasakyan o kagamitan na pinapangarap ko? Magkano ang halagang kailangan kong itabi bawat buwan para makuha ang mga bagay na pangarap ko?"

Lahat ng Tao ay Likas na Matagumpay

Naniniwala ako na lahat ng taong ipinanganak sa mundo ay likas na matagumpay. Bago pa man maipanganak sa mundo ang isang sanggol, pinagtagumpayan munang makarating sa sinapupunan ng pinakamamahal na ina ng isa sa libu-libong semilya. Hindi pa man ako naipapanganak ay matagumpay na ako. Ako ang resulta ng nagtagumpay na semilya! Kung isasaisip ko ito, ang pangkalahatang pangarap ko pala ay matutupad dahil simula't sapul, isa akong matagumpay na tao.

Lahat ng Tao ay Likas na Masipag

Naniniwala ako na lahat ng tao ay likas na masipag. Nagkakataon lang na nakakakita o nakakikilala tayo ng taong hindi masipag dahil marahil hindi pa nila nakikita ang magiging inspirasyon nila sa buhay para magkaroon ng magandang pangarap. Kaya naman naniniwala ako na kung bibigyan ko ng inspirasyon ang isang tao, siguradong ang taong ito ay magsisipag at gagawin niya ang lahat ng paraan para matupad ang kaniyang mga pangarap.

ANG MILYONARYONG PANGARAP

Ang pangalawang hakbang para maging Milyonaryo ay magkaroon ng eksaktong Milyonaryong pangarap gamit ang walong pamamaraan. Importanteng alamin ang eksaktong halaga, petsa kung kailan ito nais dumating, anong gagawin para makamit ang pangarap na ito at planong maging para makamit ang pangarap na ito. Isulat ito sa papel, pirmahan at binibigkas pagkagising sa umaga at bago matulog sa gabi nang may masaya, mapagmahal at nagpapasalamat na damdamin. Nararapat na magkaroon ng pangarap para sa lahat ng aspetong emosyonal, intelektwal, ispiritwal, pisikal at materyal ng buhay.

PAGSASANAY

1. Isulat ang pinapangarap ko sa buhay.

2. Isulat ang pangarap kong maging sa buhay.

3. Isulat ang pangarap ko na makakapagsilbi sa maraming tao.

4. Isulat ang pangarap kong gawin para maging mas mapagmahal sa kapwa.

5. Isulat ang pangarap kong gawin para maging mas mapagmahal sa kapaligiran.

6. Isulat ang pangarap para magkaroon ako ng mas mabuting pangangatawan.

7. Isulat ang pangarap para maging laging nagpapasalamat sa Diyos.

8. Isulat ang pangarap para magkaroon ng mga hinahangad na bagay.

HAKBANG 3
MILYONARYONG BATAS

KASABIHAN

"May mga batas na gagabay kung paano magtagumpay at yumaman."

KAHULUGAN

BATAS
Kasunduan: Mga gawaing mainam na tandaan para maging gabay sa pagtagumpay at pagyaman.

KARUNUNGAN

Ang Mga Batas

Sa pagbabasa ko ng mga libro, napag-alaman kong marami pala akong batas na kailangang tandaan at gawin para matupad ang mga pangarap ko para maging masaya, mapagmahal at nagpapasalamat na Milyonaryo. Dahil sa mga natutunan ko, lagi kong iniisip kung ang bawat galaw ko ba ay ayon sa mga pangkalahatang batas na napatunayan kong mabisa at epektibo.

Ang Batas ng Paglapit

Ang Batas ng Paglapit (Law of Attraction) ay kasunduan na nagsasabing kung ano ang nasa isip ko ay iyon ang lumalapit sa akin. Ang lahat ng naiisip ng tao ay magkakatotoo dahil ito ang nasa batas; kaya kapag nag-iisip ako ng maganda ay magandang bagay din ang dumarating sa buhay ko. Kung naiisip ko ang mga pangarap ko nang buong-puso at ipinagpapalagay kong hawak-hawak ko na ang mga bagay na nais kong makamit, sinasakyan ko na ang pangarap na kotse, at tinitirahan ko na ang pangarap na bahay, ang Batas ng Paglapit ay gagawa ng mga paraan para makamit ko ang tagumpay at yaman na hinahangad ko. Ang kailangan lang para tuluyang matupad ang mga pinapangarap ko ay maging mas masaya, mapagmahal at nagpapasalamat sa lahat ng oras.

Bago ako naging isang matagumpay na inhinyero, 28 araw akong nagsumikap mag-aral o mag-*self review* bago ang Board Exam. Pinaniwalaan kong papasa ako sa araw ng pagsusulit. Naging masaya ako sa magiging positibong resulta ng *exam* kaya nanood pa ako ng sine isang araw bago ang pagsusulit. Nagpasalamat na ako sa Diyos sa pamamagitan ng pagsisimba sa Quiapo, Santa Cruz at Baclaran bago ang *exam*. Naging susi ang Batas ng Paglapit sa resulta ng Board Exam dahil nagkatotoo ang pangarap ko na maging matagumpay na Electronics Engineer.

Tandaan, kung ano ang iniisip ay siyang mangyayari.

Salitang Gamit sa Batas ng Paglapit

Mapapansin na pawang magaganda at positibong salita lang ang ginagamit ko sa librong ito dahil naniniwala ako na ang bawat salita na isusulat o sinasabi ko ay sumasalamin sa aking pagkatao. Nais kong gumamit ng mga positibong salita para positibo rin ang resulta ng mga pinapangarap kong makamit.

Ang Batas ng Tagumpay

Ang Batas ng Tagumpay (Law of Success) ay kasunduan na nagsasabing kailangan kong magsilbi sa maraming tao para maging matagumpay ako sa buhay. Ang pagiging malikhain ni Edgar Sia, may-ari ng Mang Inasal, sa paggawa ng masarap na inihaw na manok ang nagbigay sa kaniya ng tagumpay. Dahil sa kaniyang pagiging malikhain gamit ang kaniyang angking talento ay nakapagsilbi siya sa maraming tao.

Tandaan, para maging matagumpay, mainam na magsilbi sa maraming tao gamit ang angking talento.

Ang Batas ng Pagbibigay

Ang Batas ng Pagbibigay (Law of Giving) ay kasunduan na nagsasabing dapat akong magbigay ng 10% ng aking kita. Ang pagbibigay ng 10% ang magiging susi para makatulong ako sa mga taong nangangailangan, sa simbahan at sa nagkakawang-gawa. Sa pamamagitan ng pagbibigay ay higit pa ang yaman at karunungan sa buhay na matatanggap ko dahil ibinabalik ito sa ibang paraan: maaaring sa pamamagitan ng pagtaas ng aking posisyon, pagdami ng mamimili, pagdami ng tumatangkilik, at pagdami ng karunungan sa buhay.

Tandaan, magbigay nang buong-puso sa mga taong nangangailangan, sa simbahan at sa nagkakawang-gawa ng 10% ng kita.

Ang Batas ng Buhay

Ang Batas ng Buhay (Law of Life) ay kasunduan na nagsasabing ang buhay ay hiram lang. Ang buhay na ipinahiram sa akin ng Diyos ay maaari rin Niyang kuhanin sa tamang panahon ayon sa Kaniyang plano. Anuman ang tagumpay o yaman na aking makakalap dito sa mundo ay maiiwan ko lang sa mga minamahal ko kaya mas makakabuti na alam ko ang mga mas mahalagang bagay sa aking buhay at bigyan ng importansya ang mga ito. Mahalaga na lagi rin akong nagpapasalamat sa lahat ng bagay o pangyayari sa buhay ko. Binibigyan ko ng sapat na oras ang pamilya ko at mga mahal sa buhay na siyang dadalhin ko sa aking puso sa oras ng aking paglisan.

Tandaan, ang buhay ay hiram lang kaya manatiling masaya, mapagmahal at nagpapasalamat sa buhay kasama ang pamilya.

Ang Batas ng Direksyon

Ang Batas ng Direksyon (Law of Direction) ay kasunduan na nagsasabing ang pagkakaroon ko ng plano na siyang magsisilbing direksyon ko sa buhay. Ang direksyong ito ay makakatulong para makamit ko ang tagumpay at yaman dahil nalalaman ko kung ano ang dapat kong gawin para marating ang pangarap na patutunguhan. Ang barko ay may eksaktong direksyong sinusunod para makarating sa patutunguhan. Kaya naman pinaghahandaang mabuti kung saan dadaan ang barko, saan ito tutungo, at paano ito makakarating sa paroroonan sa tamang oras.

Tandaan, kung may direksyon ang buhay ay mayroon din itong patutunguhan.

Ang Batas ng Pito

Ang Batas ng Pito (Law of Seven) ay kasunduan na nagsasabing ang pag-iisip o pang-unawa ng tao ay nagbabago sa bawat makapitong araw. Sa unang pitong araw ay pumapasok sa aking isipan ang bagong aral na natutunan ko. Sa pangalawang pitong araw ay ginagamit ko ang bagong aral na natutunan ko. Sa pangatlong pitong araw ay nalalaman ko ang mga tamang bagay na ginawa ko. Sa pang-apat na pito ay nakakagawa ako ng mga magandang desisyon base sa mga natutunan para maisa-puso, at sa panlimang pito na araw ay gumagawa ako ng mga paraan para makamit ang mga bagay na gusto ko. Sa pamamagitan nito ay nadiskubre ko na para matanggap nang buong-puso at gamitin sa pang araw-araw na buhay ang mga natututunan sa librong ito ay kailangang banggitin ito sa loob ng 28 araw para maging masaya, mapagmahal at nagpapasalamat na Milyonaryo sa lahat ng aspeto ng buhay.

Tandaan, sa loob ng 28 araw ay tanggapin at buong-puso kong sasabihin na, "Ako ay nagiging Milyonaryo."

Ang Gintong Batas

"Gawin sa iba ang nais ko ring gawin sa akin ng iba."

ANG MILYONARYONG BATAS

Ang pangatlong hakbang para maging Milyonaryo ay ang pagsasabuhay ng mga batas ng pagtatagumpay at pagyaman. Ang mga batas na ito ay ang Batas ng Paglapit, Batas ng Tagumpay, Batas ng Pagbibigay, Batas ng Buhay, Batas ng Direksyon, Batas ng Pito at ang Gintong Batas. Sa loob ng 28 araw ay tanggapin at buong-puso sabihin na, "Ako ay nagiging Milyonaryo."

PAGSASANAY

1. Ano ang Batas ng Paglapit?

2. Ano ang salitang gamit sa Batas ng Paglapit?

3. Ano ang Batas ng Tagumpay?

4. Ano ang Batas ng Pagbibigay?

5. Ano ang Batas ng Buhay?

6. Ano ang Batas ng Direksyon?

7. Ano ang Batas ng Pito?

8. Ano ang Gintong Batas?

HAKBANG 4
MILYONARYONG YAMAN

KASABIHAN

"Ang kayamanan sa mundo ay mahalaga para makatulong sa mga taong nangangailangan, sa simbahan, at sa nagkakawang-gawa."

KAHULUGAN

YAMAN
Kayamanan: halaga o bagay na pagmamay-ari ng isang tao.

KARUNUNGAN

Ang Kayamanan

Ang kayamanan sa mundo ay nakakatulong sa maraming tao para makapagbigay ng saya sa mga minamahal, tinutulungan at pinagsisilbihan. Mahalagang gamitin ang kayamanan sa pagtulong sa maraming tao, sa simbahan, at sa nagkakawang-gawa para maging makabuluhan ang buhay sa mundo. Napagtanto ko na kung nakakatulong ako sa kapwa, ako ay maaalaala sa mga mabubuti at magagandang ginawa ko sa iba.

Bakit Kailangang Maging Mayaman?

Kailangang maging mayaman ng isang tao para makatulong sa maraming nangangailangan, sa simbahan, at sa nagkakawang-gawa. Ang pagtulong ko sa kapwa ay nagdudulot sa akin ng umaapaw na tuwa na nagiging inspirasyon ko sa buhay. Ang pagtulong ko sa simbahan ay nagsisilbing daan para mas marami pang tao ang makapakinig ng mabuting balita ng Diyos. Ang pagbibigay ko naman sa nagkakakawang-gawa ay isang paraan para suportahan ko ang kanilang mga misyon: magbigay ng pangunahing pangangailangan sa ibang tao o trabaho sa mga walang hanap-buhay, maglinis ng kapaligiran, magpatayo ng maraming bahay, at magbigay ng pag-asa sa maraming tao para mangarap.

Nais ng Diyos na Maging Masaya ang Tao

Nais ng Diyos na maging masaya ang bawat tao. Natutunan ko na isang daan ang pagyaman para maipakita ko ang pagmamahal ko para sa pamilya, makakakain ako ng mas masasarap na pagkain, makainom ako ng malinis na tubig, masaya kong magawa ang mga gusto kong gawin sa buhay, mapaligiran ako ng magagandang bagay, makapasyal ako sa magagandang lugar sa Pilipinas at sa iba't ibang bansa, mabili ko ang lahat ng gusto kong makamit sa buhay, mapalago ko ang aking magandang kaisipan, makalikha ako ng makabagong bagay at makatulong sa lahat ng taong nangangailangan. Nais ng Diyos na makamit ko ang lahat ng bagay na gusto ko para ako ay maging masaya, mapagmahal at nagpapasalamat sa lahat ng aspeto ng aking buhay. Lahat ng kailangan ko sa mundo ay ibinibigay ng Diyos sa akin; gayun pa man, kailangan kong hilingin ang mga kagustuhan ko sa Kaniya para mamuhay nang mas masaya.

Ano ang Mayroon sa Tunay na Mayayaman?

Bata pa lang ako ay nais ko ng yumaman. Kaya naman sa batang edad ay natuto na akong magtanong sa mga kakilala ko kung paano nga ba ang yumaman. Ayon sa kanila, ang taong mayaman ay may maraming halagang maipapambili ng anumang gustuhin nila sa buhay, malaki ang bahay, magara ang sasakyan, at mayroong mamahaling kagamitan. Ayon pa sa kanila, dapat akong mag-aral nang mabuti para sa pagtatapos ko ay makahanap ako ng magandang trabaho.

Tumatak sa isipan ko na kailangan kong humanap ng magandang trabaho para yumaman at magkakaroon ako ng maraming halaga, malaking bahay, magarang sasakyan, at mamahaling kagamitan. Nakilala ko si *Rich Dad* (Robert Kiyosaki) nang makatapos ako ng pag-aaral at nakapagtrabaho na. Ipinaliwanag niya na ang tunay na mayaman na tao ay mayroong malalaking negosyo, dahil dito nanggagaling ang malaking kita, libreng magarang sasakyan, libreng malaking bahay, at libreng mamahaling kagamitan, sa pamamagitan ng kaniyang librong "Rich Dad, Poor Dad". Napagtanto kong kaya pala lalo pang yumayaman ang taong mayaman na ay dahil sa ganitong kaisipan. Dahil sa karunungan na ito, nagsimula akong magtayo ng sariling negosyo para simulang mamuhay gaya ng isang tunay na mayaman.

Tatlong Katangian ng Tunay na Mayaman

Marami akong natutunan tungkol sa katangian ng isang tunay na mayaman dahil sa mga dinaluhan kong pagsasanay o *trainings*. Ang mga tunay na mayayaman ay:

1. Ginagamit ang angking talento at diskarte.
2. Kumikita habang nagbabakasyon.
3. May berdeng pangarap.

Namangha ako sa nalaman kong katangian ng isang tunay na mayaman. Kakaiba ito sa itinuturo ng mga kakilala ko na para maging mayaman ay kailangan kong humanap ng magandang trabaho. Ipinaliwanag ng tagapagsanay kung paano ginagamit ng mga tunay na mayayaman ang mga katangian na ito.

Ayon sa kaniya, ang mayayaman ay laging nag-iisip ng paraan gamit ang angking talento para makalikha ng panibagong bagay para lalo pang mapalago ang negosyo at hindi kinakailangang pisikal na nagtatrabaho. Halimbawa, kung ang angking talento ko ay magluto ng masasarap na pagkain, lagi akong mag-iisip ng mga kakaibang *recipe* na ibinabahagi ko sa mga namamahala ng negosyo ko para lalo pa itong lumago. Ang tunay na mayayaman ay kumikita rin habang nagbabakasyon. Nangangahulugan ito na tumatakbo pa rin ang kanilang negosyo kahit wala sila dahil mayroon silang maaasahan na mga tauhan at may sinusunod na sistema para magawa ng tama ng bawat empleyado ang kanilang trabaho sa bawat araw. Ayon pa sa tagapagsanay, ang tunay na mayayaman ay mayroong positibong pangarap na tinatawag ring berdeng pangarap, dahil ang kulay na berde ay sumisimbolo ng kasaganahan, kasiglahan, kapaligiran, kaligtasan, kaliwanagan, pananampalataya, tagumpay at kayamanan. Inilalagay nila ang litrato ng kanilang berdeng pangarap sa isang dingding kung saan lagi nila itong makikita. Lahat ng bagay na gustong makamit ng isang tunay na mayaman ay nagsisimula sa pagtingin sa berdeng pangarap para mapagplanuhan niyang mabuti at maisagawa nang maayos ang mga nais na mangyari sa negosyo.

Dahil sa mga natutunan kong katangiang taglay ng isang tunay na mayaman ay madali kong nalaman kung ano ang gagawin ko sa paglalakbay ko para maging Milyonaryo.

Mga Mayayamang May Edad na Higit sa 65 sa Pilipinas

Talaan ng uri ng pamumuhay ng may edad na mahigit sa 65 sa Pilipinas:

Mayayaman	2%
Nagtratrabaho pa	40%
Umaasa sa Pamilya	30%
Umaasa sa SSS o GSIS pension	20%
Umaasa sa Nagkakawang-gawa	8%

Sanggunian: "8 Secrets of the Truly Rich" ni Bo Sanchez

Sa talaan ay may 2% lang sa Pilipinas ang mayayaman na may edad na higit sa 65 dahil sila ang gumagamit ng angking talento para pagsilbihan ang maraming tao noong kabataan pa nila. Mas mabuti pala na habang maaga ay alamin ko na ang aking angking talento para magamit sa pagsisilbi sa maraming tao nang sa gayon ay bago pa maging edad 65 ay magkaroon na ako ng Milyonaryong yaman o kumikita ng mahigit isang milyong piso bawat buwan kahit hindi nagtatrabaho ng pisikal, nagbabakasyon at masayang kasama ang pamilya.

Makipagkaibigan sa Mga Tunay na Mayayaman

Ang kasabihang "Ang mga ibong magkakatulad ang pakpak ay magkakasamang lumilipad" ay nangangahulugang kung ano ang katangian o gawain ng nakakasama natin ay ang nagiging gawain o katangian din natin. Naniniwala ako sa kasabihang ito dahil naranasan ko mismo kung paano nagbago ang buhay ko depende sa mga nakakahalubilo kong tao.

Noong bata pa ako, hindi ako uminom ng alak pero noong napasama ako sa mga kaibigan ko sa kolehiyo na mahilig uminom nito ay natuto na rin akong uminom. Nang nakapagtapos ako ng kolehiyo at nakahanap ng trabaho, ang nakasama ko naman ay mahihilig sa kantahan kung kaya't natuto rin akong umawit. Nang sumakay naman ako sa barko at napasama sa mga mahihilig maglaro ng *computer games* ay natuto akong maglaro. Nang mahilig naman ako sa pagbabasa ng libro tungkol sa pagtatagumpay at pagyaman ay unti-unti kong natutunan kung paano mamuhay nang matagumpay at mayaman at nakisalamuha sa mga taong hangad din ang pagyaman.

Simple lang pala ang kailangang gawin para magkaroon ng Milyonaryong yaman: ang makipag-usap at makipagkaibigan sa mga tunay na mayayaman para malaman ang kanilang mga gawain. Sa tulong nila ay matututunan ko ang kanilang magandang pamamaraan sa pagnenegosyo, pagtaas ng kalidad ng serbisyo o produkto, magandang pamamalakad sa mga empleyado, pagtulong sa mga nangangailangan, pagtulong sa simbahan, pagiging mapag-kawanggawa, at wastong paghawak ng yaman at kagamitan.

ANG MILYONARYONG YAMAN

Ang pang-apat na hakbang para maging Milyonaryo ay ang pagkakaroon ng Milyonaryong yaman na magiging mas makabuluhan kung gagamitin para makatulong sa mga taong nangangailangan, sa simbahan, at sa nagkakawang-gawa. Ang pagiging masaya, mapagmahal at nagpapasalamat na Milyonaryo sa lahat ng aspeto ng buhay ay magsisimula kung gagamitin ang angking talento at pagiging madiskarte, magkakaroon ng berdeng pangarap at makikipagkaibigan sa mga tunay na mayayaman.

PAGSASANAY

1. Paano ako makakatulong sa mga taong nangangailangan?

2. Sino ang kakilala kong nangangailangan ng tulong?

3. Paano ako makakatulong sa simbahan?

4. Saang simbahan ako magbibigay ng tulong?

5. Paano ako nakakatulong sa nagkakawang-gawa?

6. Saang kawanggawa ako magbibigay ng tulong?

7. Sino ang kilala kong tunay na mayamang tao?

8. Paano ko malalaman ang ginagawang pamamaraan sa pagtatagumpay ng mga taong kilala kong tunay na mayaman?

HAKBANG 5
MILYONARYONG KITA

KASABIHAN

"Ang kinikita ay katumbas ng dami ng ginawang pagsisikap."

KAHULUGAN

KITA
Kinikita: Ang halagang nakuha sa pamamagitan ng pagtatrabaho o pagnenegosyo.

KARUNUNGAN

Ang Kinikita

Ang bawat tao ay may pamamaraan kung paano kumita sa pamamagitan ng mga trabaho o negosyong ginawa. Nag-iiba-iba ang kinikita dahil depende ito sa pagsusumikap ng isang tao para marating ang nais na kitain o pagpupursiging ituloy ang nasimulan na trabaho o negosyo. Alin nga ba sa dalawa ang magpapayaman sa isang tao, trabaho o negosyo?

Lahat Tayo ay Mayroong 24 Oras para Kumita

Lahat naman tayo ay mayroong 24 oras para kumita. Gayun pa man, bakit ang iba ay kumikita ng 1 milyong piso sa isang araw at ang iba naman ay hindi man lang kumikita kahit piso sa isang araw?

Simple lang naman ang dahilan: ang kumikita ng 1 milyong piso ay may mataas na pangarap at nagsusumikap na palakihin ang kaniyang kinikita sa pamamagitan ng paggamit ng angking talento na kaloob ng Diyos.

Itanong sa sarili, "Ano ba ang sariling angking talento na kaloob sa akin ng Diyos? Pinahahalagahan ko ba ito at binibigyang importansya para magamit ko nang lubusan? Pinapaunlad ko ba ito para magkaroon ako ng Milyonaryong yaman at maibahagi ko sa iba?"

Kinikita ng mga Tao

Talaan ng kinikita ng isang tao batay sa antas ng pamumuhay ayon sa persepsyon ko:

Hindi mayaman	28 libong piso pababa ang kinikita bawat buwan
Katamtaman ang yaman	29 – 99 libong piso ang kinikita bawat buwan
May Kaya	100 – 900 libong piso ang kinikita bawat buwan
Mayaman	1 – 9 milyong piso ang kinikita bawat buwan
Napakayaman	10 milyong piso pataas ang kinikita bawat buwan

Masasabi na mayaman o hindi mayaman ang isang tao depende sa kaniyang kinikita bawat buwan. Sa ganitong paraan ay masusuri ko kung ano ang kasalukuyang estado ng aking buhay nang sa gayon ay makapagsimula na akong mangarap na maging isang Milyonaryo o isang mayamang tao na kumikita ng 1 milyong piso bawat buwan.

Jeepney Driver at Henry Sy

Ang pagiging isang jeepney driver ay isang trabaho at si Henry Sy ay isang negosyante. Pareho silang may 24 oras para magtrabaho sa isang araw. Ang jeepney driver ay gumigising nang maaga para maghanda at maglinis ng kaniyang jeep. Bumibiyahe siya nang maaga para maraming tao ang sumakay sa jeep niya at para mas marami siyang kitain, matapos ay hatinggabi na uuwi. Marami siyang ginagawa bilang jeepney driver: nagtatawag ng pasahero, nagsusukli at nagmamaneho. Sa araw-araw na gawain ng pagiging jeepney driver ay masasabing masipag at matiyaga siya pero ang kaniyang kita ay depende sa dami ng taong sumakay ng kaniyang jeep.

Ano naman ang ginagawa ni Henry Sy ngayon? Hindi siya pisikal na nagtatrabaho. Siya ay nagbabakasyon at masayang kasama ang kaniyang pamilya. Ang kaniyang negosyong SM Malls ay mayroong mga itinalagang tao na siyang namamahala nito. Mayroon itong sistemang sinusunod para magawa ng bawat empleyado ang kanilang trabaho nang maayos. Maraming trabaho ang naibibigay ng kaniyang negosyo sa masang Pilipino kaya naman siya ang pinakamayamang tao sa Pilipinas sa taong 2013 ayon sa Forbes magazine. Pero bago niya narating ang kaniyang tagumpay ay nagpursigi muna siyang maisulong ang kaniyang negosyong pagbebenta ng sapatos sa Quiapo. Siya ang nagmamay-ari ng lahat ng SM Malls ngayon na nagsimula lang lahat sa isang pares na sapatos.

Magsimula nang Maliit at Mangarap nang Malaki

Maraming tao sa Pilipinas ang nagsimula sa maliit pero napalaki nila ito dahil sa pangarap nilang maging tanyag na negosyante tulad nina Henry Sy, Socorro Ramos, Edgar Sia at Bo Sanchez gamit ang angking talento.

Si Henry Sy, dumating sa baybayin ng Pilipinas sa edad na 12, ay nagsimulang magtinda ng isang pares ng sapatos; ngayon ay nagmamay-ari na ng SM Malls sa buong Pilipinas at kilala bilang pinakamayamang tao sa bansa para sa taong 2013.

Si Socorro Ramos ay nagsimulang magtinda ng isang libro na bawat oras ay mayroon lang isang mamimili. Ngayon ay pagmamay-ari na niya ang National Book Store na siyang pinakamalaking tindahan ng mga libro sa buong Pilipinas.

Si Edgar Sia ay nagsimulang magnegosyo sa edad na 20 at yumaman sa pamamagitan ng pagtitinda ng natatangi at masarap na inihaw na manok. Ngayon ay 36 taong gulang na, naitatag niya at naging kilala ang Mang Inasal at siya ang itinuturing na pang-39 na pinakamayamang tao sa Pilipinas sa taong 2013.

Si Bo Sanchez na dati ay may maliit na bibliya at kahoy na rosaryo lang ang hawak, na ngayon ay magaling na manunulat. Siya ang nagpasimula ng The Feast, isang ispiritwal na komunidad, at isa na rin siyang matagumpay na negosyante.

Paano Magsimula ng Negosyo?

Natutunan ko na ang pagsisimula ng negosyong nais ng tao ay depende sa angking talento na kaloob ng Diyos na natukoy ko na sa unang hakbang na Milyonaryong Isip. Natutunan ko rin ang simpleng paraan sa tamang paghawak ng kita na magagamit ko na puhunan para makapagsimula ng negosyo.

Tamang Paraan ng Paghawak ng Kita

Ang tamang pamamaraan ng paghawak ng kita bawat buwan ay pagtatalaga ng kita sa trabaho sa mga sumusunod:

Pagmamahal	1 %
Pagbabakasyon	4 %
Pagsasaya	5 %
Pagbibigay	10 %
Pamumuhunan	10 %
Responsibilidad	70 % o mas mababa pa
Pangkalahatang Kita	100 %

Kita para sa Pagmamahal

Ang kita para sa pagmamahal (1%) ay iniaalay ko na pamana sa mga minamahal ko kung sakaling kunin na ng Diyos ang hiram na buhay. Sa ganitong pamamaraan, kahit pa kunin ako ng Diyos sa takdang panahon ay masasabing tunay akong nagmahal sa aking kapamilya dahil mayroon akong iniwan para sa kanila na aking inilaan noong panahong nagtatrabaho pa ako. Tanda ito ng lahat ng yaman at pagpupursigi ko sa buhay. Ang pagmamahal na kita rin ang palatandaan na lagi akong may kita dahil ito ay naiipon sa bangko at siya ring magpapaalala na marami akong maibibigay sa mga mahal ko sa buhay.

Kita para sa Pagbabakasyon

Ang kita para sa pagbabakasyon (4%) ay ipon na gagamitin ko lang kapag hindi na ako nagtatrabaho. Sa ganitong pamamaraan ay magagamit ko ito sa pagbabakasyon sa magagandang tanawin sa Pilipinas o sa ibang bansa at sa pagbili ko ng lahat ng kagustuhan ko sa buhay pagkatapos ng mahabang taon ng pagtatrabaho. Ito ay magsisilbing kahandaan sa panahong nais ko ng magbakasyon at magsaya kasama ang pamilya ko. Ang pagbabakasyon na kita na 4% ay sapat na kayamanan para makapagbakasyon at mabili ang lahat ng kagustuhan dahil kung pinaglaanan ko ng mahabang taon ang pag-iipon ay napakalaking halaga na nito para makamit ang lahat ng kagustuhan ko sa buhay.

Kita para sa Pagsasaya

Ang kita para sa pagsasaya (5%) ay inilalaan kong halaga kada buwan na gagamitin kong pambili ng mga gusto kong mabili bilang gantimpala sa pagpupursigi kong magtrabaho. Hindi ko alam kung kailan kukunin ng Diyos ang buhay ko kaya mas maganda na pinaglalaanan rin ng halaga ang pagsasaya na kasama ang pamilya. Ipaparamdam ko sa pamilya ko na importante sila kaysa sa trabaho ko dahil ang dahilan ng aking pagtatrabaho ay para magkaroon ng masaya, mapagmahal at nagpapasalamat na pamilya.

Kita para sa Pagbibigay

Ang kita para sa pagbibigay (10%) ay gagamitin ko sa pagbibigay sa mga taong nangangailangan, sa simbahan, at sa nagkakawang-gawa. Ang 10% na pagbibigay ay nasa batas na kailangang tandaan at sundin para mas lalong maging matagumpay at yumaman. Sa pamamagitan ng pagbibigay ko sa mga taong nangangailangan tulad ng magulang, kapatid, kamag-anak, at taong nakatira sa kalye ay nagiging tagapagdala ako ng yaman sa mundo. Maaalala ako ng iba kung tumutulong ako sa kapwa lalo na sa malalapit sa pamilya. Ang pagbibigay ko naman sa simbahan ay nagpapakita ng pananampalataya ko sa Diyos at mas mapapabilis nito ang pagkamit ng pangarap na nais ko. Ang pagbibigay ko sa nagkakawang-gawa ay makakatulong sa mabilis na paglapit ng aking pangarap dahil sa nagagawa kong mabuti sa kapwa.

Kita para sa Pamumuhunan

Ang kita para sa pamumuhunan (10%) ay gagamitin ko sa pamumuhunan para mapalago ang kaalaman at yaman sa negosyong nais kong itayo. Magsisilbi itong gabay para makakilala ako ng taong makakatulong para mapalago ang negosyong nais kong simulan gamit ang angking talento ko.

Marami akong natutunan tungkol sa pamumuhunan na magagamit ko sa sariling negosyo. Mas dadami pa ang kinikita ko sa pamamagitan ng pamumuhunan sa *network marketing, stock market, mutual funds, unit investment trust funds, forex trading, real estate house rental, bank time deposit, government bonds, insurance, memorial lot, franchising business* at nagsisimulang negosyo na tatalakayin sa susunod na hakbang na Milyonaryong puhunan.

Kita para sa Responsibilidad

Ang kita para sa responsibilidad (70% o mas mababa pa) ay gagamitin ko bilang pambayad sa bahay, sasakyan, pagkain, damit, gamit sa bahay, kuryente, tubig, gasul, pamasahe, pantawag, *internet, cable television, association fee, tuition fee, allowance,* at iba pa. Kung may matitira pa na kita ay magagamit ko ito para sa susunod na buwan o maidaragdag sa pamumuhunan na kita para mas lalo pang dumami ang kita ko.

Pangkalahatang Kita

Kapag nasunod ko ang ganitong pamamaraan sa mahabang panahon at naging disiplinado ako sa lahat ng pamamaraan ng tamang paghawak ng kita ay magiging masaya, mapagmahal at nagpapasalamat na Milyonaryo ako sa lahat ng aspeto ng aking buhay: emosyonal, intelektwal, ispiritwal, pisikal at materyal.

Halimbawa ng Tamang Paghawak ng Kita

Ipagpalagay nating ang kinikita ko sa bawat buwan ay P10,000 piso bilang isang ordinaryong empleyado. Pagkatanggap ko ng sweldo ay may paglalaanan kaagad ako nito: P100 sa pagmamahal, P400 sa pagbabakasyon, P500 sa pagsasaya, P1,000 sa pagbibigay, P1,000 sa pamuhunan at P7,000 sa responsibilidad.

Ilalagay ko sa bangko ang kita para sa pagmamahal at pagbabakasyon na P100 at P400 para nang sa gayon ay manatili itong ipon sa bangko at magagalaw lang sa tamang panahon. Ibibili ko ng gusto kong kagamitan ang kita para sa pagsasaya na P500 para bilang gantimpala sa sarili matapos makuha ang sweldo. Magbibigay ako sa taong nangangailangan, sa simbahan at nagkakawang-gawa ng P1,000 piso dahil ito ay nasa batas ng pagbibigay. Ang kita ko para sa pamuhunan na P1,000 ay gagamitin ko sa pamumuhunan para magkaroon ako ng karagdagan kaalaman o magsimula ng simpleng negosyo. Ang natirang P7,000 na kita para sa responsibilidad ay nakalaan naman para sa mga pangangailangan ng pamilya tulad ng pagkain, bahay, pamasahe, pantawag, kuryente, tubig at iba pa. Sa ganitong paraan ay madali na akong makakapagsimula ng simpleng negosyo hanggang sa ito ay lumago.

ANG MILYONARYONG KITA

Ang panlimang hakbang para maging Milyonaryo ay ang pagkakaroon ng Milyonaryo kita sa pamamagitan ng pagtatayo ng sariling negosyo gamit ang angking talento. Magsimulang magtayo ng sariling negosyo para makapagsilbi sa maraming tao, makatulong sa kapwa, sa simbahan at nagkakawang-gawa na siyang dahilan kung bakit tayo nabubuhay sa mundo. May tamang pamamaraan sa paghawak ng pangkalahatang kita sa pamamagitan ng paglalaan ng 1% ng kita para sa pagmamahal, 4% sa pagbabakasyon, 5% sa pagsasaya, 10% sa pagbibigay, 10% sa pamumuhunan at 70% o mas mababa para sa mga responsibilidad.

PAGSASANAY

1. Ano ang ginagawa ko pagkatapos ng trabaho?
2. Ano ang trabaho ko?
3. Ano ang negosyo ko?
4. Ano ang angking talento ko?
5. Nagagamit ko ba ang angking talento ko sa ginagawa ko?
6. Nagagamit ko ba ang angking talento ko sa trabaho ko?
7. Nagagamit ko ba ang angking talento ko sa negosyo ko?
8. Anong negosyo ang sisimulan ko gamit ang aking angking talento?

Ilaan ang pangkalahatang kita sa mga sumusunod:

Pangkalahatang kita:	P
Kita para sa pagmamahal:	P
Kita para sa pagbabakasyon:	P
Kita para sa pagsasaya:	P
Kita para sa pagbibigay:	P
Kita para sa pamumuhunan:	P
Kita para sa responsibilidad:	P
Natirang kita:	P
Idadagdag ko ang natirang kita sa:	

HAKBANG 6
MILYONARYONG PUHUNAN

KASABIHAN

"Ang puhunan ay ginagamit para mapalago ang kaalaman at yaman."

KAHULUGAN

PUHUNAN
Pamumuhunan: pagtatalaga ng kita na ginagamit para mapalago ang kaalaman at yaman.

KARUNUNGAN

Ang Pamumuhunan

Ang puhunan ay kailangan sa pagsisimula ng sariling negosyo. May iba't ibang paraan kung paano mamuhunan para mas lalong mapalago ang kaalaman at yaman depende sa angking talento. Natututo ako mula sa mga taong nakikilala ko na marunong mamuhunan sa bangko, libro, *trainings, network marketing, stock market, forex trading,* pagbebenta ng *real estate*, pagbebenta ng *insurance*, pagbebenta ng sasakyan, pagpa-*franchise* at pamumuhunan sa nagsisimulang negosyo.

Ang Dagang Sirkulista

Isang araw ay naimbitahan akong dumalo sa isang Financial Education Training na nagbigay ng magandang kabatiran para mabago ang kaisipan ko tungkol sa kinikita ko sa trabaho.

Ipinaliwanag sa akin sa *training* ang tungkol sa dagang sirkulista. Ito ay tungkol sa isang dagang patuloy na tumatakbo sa gulong. Habang tumatakbo ang daga, umiikot din ang gulong; gayun pa man, kahit anong bilis ng takbo ng daga ay hindi ito nakakaalis sa puwesto.

Kung ihahalintulad ang buhay ko sa kwento, ako ay patuloy na nagtatrabaho at pagdating ng sweldo, napupunta ang kita ko sa mga responsibilidad tulad ng kuryente, bahay, tubig, pagkain, pamasahe at pantawag. Kung may sobra pa sa sweldo ko ay ibinibili ko ito ng mga bagay na gusto ko gaya ng damit, alahas, magarang cellphone, pamamasyal sa ibang lugar, at kung anu-ano pang mga bagay, kaya walang naiiwan na kita sa bulsa ko at kailangan ko na muling magtrabaho. Kung magtutuloy-tuloy ang ganitong gawain ko ay habambuhay na akong magtatrabaho hanggang sa pagtanda.

Nang marinig ko ang kwento ng dagang sirkulista, nabago ang pananaw ko tungkol sa pagtatrabaho. Kailangan ko palang mag-ipon ng kita sa bawat sweldo para magkaroon ako ng pambakasyon kung sakaling hindi na ako magtatrabaho. Mas mabuti pala na pagkasweldo ay mag-ipon agad ako para may magamit ako sa pagbabakasyon at mainam na magsimula ako habang bata pa para mas marami akong maiipon at maaga rin akong makakapagbakasyon.

Paano Palaguin ang Puhunan?

Ang unang hakbang na ginagawa ko sa pagpapalago ng kita ay pinag-aaralan kong mabuti ang paraan ng pamumuhunan na paglalaanan ko ng kita. Ito ay para malaman ko kung ang paglalaanan ko bang halaga ay magtatagumpay at kikita.

Ikinukumpara ko ang iba't ibang kumpanya na may magkakaparehong serbisyo o produkto. Dumalo rin ako sa mga *training* para mapalawak ang kaalaman ko tungkol sa pamumuhunan. Magiging mas malawak ang karunungan ko kung magsisimula akong mamuhunan nang maliit at pag-aaralan ko kung paano ito kikita nang mas malaki.

Pag-iipon sa Bangko

Ang pag-iipon sa bangko ay isang paraan para mapalago ang kita. Ang halagang ilalaan ko sa *savings account* ng bangko ay tutubo ng 1% bawat taon, samantalang tutubo naman ng 3% kapag inilaan ko ang halaga sa *time deposit*. Ang panahon ng pagtubo ng kita sa *time deposit* ay maaaring buwanan, tuwing tatlong buwan, tuwing anim na buwan o isang taon, depende sa napagkasunduan ko at ng bangkong napili ko. Ang puhunang ilalagay ko dito ay ang kita para sa pagmamahal na 1% at kita para sa pagbabasyon na 4% na binanggit sa Milyonaryong kita. Kapag ginawa ko ito sa loob ng maraming taon, magagamit ito ng mga minamahal ko sa buhay at sa pagbabakasyon.

Tandaan, ang halagang naipon sa bangko ay pamana sa minamahal at gagamitin sa pagbabakasyon pagkatapos ng maraming taon na pagtatrabaho.

Pagbabasa ng mga Libro

Nakakatulong sa akin ang pagbabasa ng libro ng kasaysayan ng mga matatagumpay at mayayaman na tao para mapalago ko ang aking kaalaman dahil natutuklasan ko ang mga karanasan nila at kung paano sila nagtatagumpay sa negosyo na maaaring kong tularan.

Ang libro ni Robert Kiyosaki na "Rich Dad, Poor Dad" ang nagturo sa akin ng kung paano magsisimula ng sariling negosyo para yumaman. Naging inspirasyon ko si *Rich Dad* at ang kaniyang mga turo para makapagsulat ako ng libro tungkol sa pagpapayaman.

Binasa ko rin ang kasaysayan ni John Calub para malaman kung paano siya naging magaling na tagapagsanay tungkol sa pagtatagumpay. Binigyan ako ng inspirasyon ni John Calub para maging matagumpay sa buhay at maging magaling din na tagapagsanay tulad niya.

Sa aking karanasan sa pagbabasa, napagtanto kong mas nakakabuti na habang nagbabasa ako ng mga libro ng matatagumpay at mayayaman na tao ay nakikinig din ako sa musikong instrumental o tunog ng kalikasan para mapalabas ang angking talento.

Tandaan, ang isang tao na nagpupursigi para paunlarin ang kaniyang kaalaman ay matatawag na matagumpay na tao, kaya makakabuti na mamuhunan para mapalago ang kaisipan.

Pagdalo sa mga Trainings

Napakahalaga ng *training o* pagsasanay para mapalawak ang kaalaman ko sa negosyong papasukin ko gamit ang angking talento. Maraming tao ang magiging gabay ko para lalo ko pang mapaunlad ang itatayong negosyo at sila rin ang maaaring tumulong para maisakatuparan ko ito. Marami akong natutunan sa mga *training* na nakakatulong para lalo ko pang mapalago ang kaalaman ko sa maraming bagay. Nadadagdagan pa ang aking mga kaalaman dahil sa mga karanasan ko, at naibabahagi ko rin naman ang mga kaalaman na ito sa iba.

Sa dami ng *tranings* na nadaluhan ko, napagtanto ko na magiging epektibo lang ito kung tama ang pag-uugali ko sa pagdalo. Una, mainam pala kung bubuksan ko ang aking isipan at puso para mas maunawaan ko ang bagay, at ituturing ko ang aking isipan bilang basong walang lamang tubig para mas marami akong matutunan. Pangalawa, mainam rin na nagtatala ako ng mahahalagang punto at bagong natutunan gamit ang dala-dala kong *notebook* at *ballpen*. Pangatlo, mainam rin kung may dala akong *USB flash disk* para may kopya ako ng *presentation* na ginamit ng tagapagsanay. Pang-apat, importante pala na lahat ng *senses* ng tao ay nagagamit para mas maging epektibo ang pagkatuto: 10% kapag binabasa lang, 20% kapag nakikita ang mga *drawing* o *illustration*, 30% kapag nakikinig, 70% kapag binahagi ang natutunan, 90% kapag binahagi at ginawa ang natutunan, at dagdag 10% kung labis na nagustuhan ang kabuuang karanasan sa *training*. Panlima, mas maganda kung paulit-ulit ang pagdalo ko sa *training* para mas lalo kong maintindihan ang mga bagay na nais kong matutunan.

Tandaan, ang pagdalo sa mga *training* at karanasan sa buhay ay makakatulong para lumabas ang angking talento sa pagnenegosyo.

Pagsali sa Network Marketing

Ang pagsali sa *network marketing* ay isa sa mga pinakamagandang paglalagyan ko ng puhunan. Mainam rin na malaman ko ang sistema nito para magamit ko rin sa sisimulan kong negosyo. Gayun pa man, may mga importanteng tandaan na kailangang malaman sa pagsali sa isang *network marketing company*. Una, mainam na alam ko kung gaano na katagal at gaano katatag ang kumpanya na sasalihan ko. Pangalawa, mainam na alam ko rin ang presyo at kalidad ng produkto ng kumpanya. Pangatlo, dapat malinaw sa akin kung paano ako kikita sa ganitong klase ng pamumuhunan.

Sa *network marketing*, maliit lang ang kailangan kong puhunan pero malaki ang potensyal na maging kita ko, lalo na kung patuloy akong magsusumikap at papalawakin ko ang aking *network* sa loob ng maraming taon. Marami na akong nakitang umangat ang buhay dahil sa pamumuhunan sa *network marketing* sa loob ng dalawang taon o higit pa. Ang maganda pa dito, libre ang mga *seminar* o *training* para mas mapalago ang kaalaman tungkol sa kumpanya, produkto at paraan ng pagkita. Marami rin akong makikilala na iba't ibang klase ng tao dito na makakatulong sa akin para matuto akong makihalubilo para mapalago ko ang lakas ng loob sa pakikipag-usap sa maraming tao na isang mahalagang pag-uugali sa pagsisimula ng sariling negosyo.

Pamumuhunan sa Stock Market

Ang pamumuhunan sa stock market ay isang paraan para mapalaki ang kita kung sa gagawin ito sa loob ng maraming taon. Maaari akong kumita dito ng hanggang 20% bawat taon, depende sa takbo ng ekonomiya ng bansa. May dalawang paraan kung paano ako kikita sa *stock market*: una ay kapag tumaas ng presyo ng binili kong stocks; pangalawa, sa pamamagitan ng dibidendong matatanggap ko kapag kumita ang kumpanyang napili ko.

May dalawang klase rin ng pamumuhunan sa *stock market*: maaari akong maging *investor* o *trader*. Kung nais kong maging *investor,* mamumuhunan ako sa isang kumpanya sa loob ng maraming taon. May eksaktong halaga akong kailangang ipunin buwan-buwan at bibili ng *stocks* mula sa kumpanyang napili. Importante na alam ko kung paano kumikita ang *stocks* na napili para makagawa ng mga paraan para kumita ng mas malaking halaga sa pamamagitan ng pagtangkilik sa produkto o serbisyo na ginagawa ng kumpanya. Halimbawa, kung napili kong mamuhunan sa kumpanyang Jollibee, para mas kumita ang Jolibee ay kailangang maraming tumangkilik dito. Ang gagawin ko para mangyari ito ay lagi akong kakain sa Jollibee para kumita ito. Kapag kumita ito ay kikita rin ako dahil isa ako sa mga *stock holder* dito.

Kung nais ko naman maging *trader*, kailangan kong bumili ng *stocks* at ibenta ito sa iba sa loob ng maikling oras: maaaring araw o buwan. Ito ay nangangailangan ng angking talento para malaman kung anong mga *stocks* ba ang tataas pa o pababa na. Kailangang dumalo ako sa mga training para mapag-aralan ko ang mga terminolohiyang ginagamit at mga katangiang kailangan para maging isang mahusay na *trader*.

Ang *live stock trading* ay nagaganap tuwing Lunes hanggang Biyernes, mula 9:30 hanggang 12:00 ng umaga at 1:30 hanggang 3:30 ng hapon sa Pilipinas. Ang pinakamababang puhunan na kailangan ko para maging isang *investor* ay 5,000 piso at 25,000 piso naman para maging isang *trader*.

Pamumuhunan sa Mutual Funds at UITF

Ang Mutual Funds (MF) at Unit Investment Trust Funds (UITF) ay mga kumpanya na namumuhunan sa *stock market* at *government bonds*. Bukas ang mga kumpanyang ito para sa mga taong gustong pumasok sa *stocks* para lumago ang puhunan. Ang MF ay pag-aari ng mga pribadong kumpanya, samantalang ang UITF naman ay pag-aari ng mga bangko. Ang maaari kong kitain sa ganitong paraan ng pamumuhunan ay hanggang 20% bawat taon, depende sa takbo ng ekonomiya ng bansa. Mayroon lang akong babayaran na 2% *trust fee* sa mga eksperto (*trader*) na bumibili at nagbebenta ng mga *stocks* kada taon, at kailangan ko rin ng 5,000 hanggang 25,000 piso bago ako makasali sa MF at UITF.

Pamumuhunan sa Forex Trading

Ang pagsali sa Foreign Exchange (Forex) Trading ay nangangailangan ng diskarte at angking talento. Maraming impormasyon at terminolohiya ang kailangan kong malaman sa ganitong klase ng pamumuhunan dahil mas mabilis magbago ang percentage in point (pip) o *currency pair* na pinuhunan kong kita dito kung ikukumpara sa stock market. Maaari akong kumita dito ng 100% kada tatlong buwan kung magiging magaling na *forex trader* ako.

Ang *live forex trading* ay nagaganap mula Lunes hanggang Biyernes. Kailangan ko ng 100 hanggang 200 US dolyar para mamuhunan sa *forex trading*.

Pagbebenta ng Real Estate Property

Isang paraan para gumaling ako sa pagbebenta ay kung magiging *Real Estate Salesperson* ako na nagbebenta ng bahay at lupa. Sa ganitong paraan ay matutunan ko ang tamang pakikipag-usap at pagkumbinsi sa tao kapag binebentahan ko sila ng bahay tulad ng *row house, town house, duplex, quadruplex, single detached, single attached, condominium*, at iba pa. Ang maganda rito, maaari ko itong gawing *sideline* lang kapag may libre akong oras. Sa ganitong pamamaraan ay madadagdagan ang kinikita ko bawat buwan bukod sa trabaho ko. Maaari akong kumita dito ng 3% ng presyo ng bahay at lupa bilang isang *salesperson* at 5% naman bilang isang lisensiyadong *real estate broker*.

Halimbawa, kung ako ay isang *salesperson* at nakapagbenta ako ng bahay at lupa na nagkakahalagang 1 milyong piso, ang kita ko mula rito ay 30,000 piso. Paano na lang kung makapagbenta ako ng 10 bahay na tig-1 milyong piso sa loob ng isang buwan? Kikita ako ng 300,000 piso sa isang buwan, samantalang ang puhunan ko lang naman ay ang aking magagandang salita! Kung lisensyadong real estate broker naman ako, kikita ako ng 50,000 piso kapag nakapagbenta ako ng bahay at lupa na nagkakahalagang 1 milyong piso.

Bago pasukin ang ganitong klase ng pamumuhunan, importanteng dumalo ako sa mga *training* para malaman ko ang *requirement* sa pagbili ng bahay at lupa, gayun din ang mga diskarte at pakikipag-usap ang kailangan kong gawin para matagumpay na makapagbenta.

Pagbebenta ng Memorial Lot

Isa ring paraan para magkaroon ako ng dagdag na kita ay sa pamamagitan ng pagiging *memorial lot salesperson.* Ang pagbili ng *memorial lot* ay isang paraan ng paghahanda sa anumang plano ng Diyos sa hinaharap. Alam naman natin na ang buhay ay hiram lang. Anumang araw ay pwede Niyang kunin ang buhay ayon sa Kaniyang plano. Importanteng matandaan ko ang mga dahilan kung bakit kailangan ng isang tao na paghandaan ang hinaharap sa pamamagitan ng pagbili ng *memorial lot* para maging matagumpay ako sa pagbebenta ng mga ito. Ang pwede kong kitain sa ganitong uri ng trabaho ay 7% ng bawat mabebentang lote. Ibig sabihin, kapag mas marami akong mabebentang lote ay mas malaki rin ang maaari kong kitain sa bawat buwan. Kailangan kong gamitin ang aking angking talento sa pakikipag-usap sa tao para maging magaling ako sa pagbebenta.

Pagbebenta ng Insurance

Ang isang paraan para magkaroon ako ng dagdag na kita ay ang maging *insurance counselor* na magbibigay ng magandang payo sa mga nais kumuha ng *insurance plan*. Bago pa man maging *insurance counselor*, kailangan kong dumalo sa mga *training* na ibinibigay ng mga *insurance companies* para malaman ko kung ano ang mga produkto ng kumpanya at benepisyo ng pagkakaroon ng *insurance* ng isang tao. Ang importanteng malaman sa ganitong klase ng pamumuhunan ay kung paano makipag-usap nang maganda sa bebentahan para maraming mabenta na *insurance plan*. Ang pwede kong kitain sa ganitong trabaho ay 10% sa bawat mabebentang *insurance plan*.

Pagbebenta ng Sasakyan

Sa pamamagitan ng pagiging *car salesperson* o pagbebenta ng sasakyan ay matututunan kong makipag-usap at makipag-negosasyon sa mga mamimili. Kailangang may ideya ako sa kung anong magandang kunin na sasakyan depende sa negosyo o pangangailangan ng mamimili. Malaki ang potensyal ng negosyong ito dahil darating ang panahon na halos lahat ng mga Pilipino ay magkakaroon na ng mga bago at magagandang sasakyan.

Pagkaroon ng Bahay-Paupahan

Ang pagkakaroon ng bahay na pauupahan ay isang magandang negosyo lalo na kung maraming pampuhunan dahil maraming tao ang nangangailangan ng bahay na matitirahan lalo na sa mga siyudad. Hindi ko rin kailangang pisikal na magtrabaho para kumita.

Importante na ang bahay na pauupahan ko ay maayos ang pagkakayari at kumpleto na sa gamit. Maganda rin kung *apartment style* ang pauupahan para maraming kwarto ang maaaring okupahan at mababa ang ibabayad sa renta. Kung mababa ang renta sa apartment ko pero marami naman ang mangungupahan, magkakaroon ako ng malaking kita.

Pagkaroon ng Franchise Business

Ang pagkakaroon ng *franchise* na negosyo ay magandang panimulang negosyo para mapag-aralan ko kung ano ang kailangang papeles sa pagsisimula ng sariling negosyo. Matututunan ko dito kung paano mamahala ng sariling negosyo, saan nakakakuha o paano nakakagawa ng produkto o serbisyo at kanino ko maaaring ibenta ang produkto o serbisyo ko. Ang maganda pa rito, dahil binili ko lang ang negosyo ko sa isang kumpanya, tutulungan akong kumita ng may-ari. Ituturo niya sa akin ang mga hakbang para maging matagumpay sa ganitong klase ng negosyo. Kapag marami na akong natutunan ganitong klase ng negosyo ay madali ko nang mapapalago ang negosyong nais kong itayo sa hinaharap gamit ang angking talento ko.

Pamumuhunan sa mga Nagsisimulang Negosyo

Mainam rin na tumulong sa mga negosyong nagsisimula pa lang sa pamamagitan ng pagiging *investor* o pagbibigay ng panimulang puhunan sa mga ito. Karaniwan kasing nangangailangan ng panimulang puhunan ang mga nagsisimulang negosyo mula sa ibang tao para mapalago ito. Kailangan lang na alam ko ang linya ng negosyo ng napili kong tulungan para makatiyak na kikita rin ako. Bilang kapalit, tiyak na marami rin akong matututunan bilang *investor* sa napiling nagsisimulang negosyo.

Pagtatrabaho sa Negosyong Kapareho ng Negosyong Nais Simulan

Maganda ang oportunidad ng pagiging isang empleyado sa ibang negosyo na kapareho ng negosyong nais kong simulan. Ito ang pinaka-epektibong paraan para malaman ko kung paano kumikita sa negosyong nais kong gawin, ano ang serbisyong dapat kong ibigay sa mga kostumer, tamang pamamahala ng kita, pakikisama sa mga empleyado, pagbibigay ng sweldo, pagplaplano, paghahawak ng kita, pagbebenta, pagpapalawak at pamamalakad ng negosyo. Sa ganitong paraan ay mas madali kong maitataguyod ang negosyo na nais kong simulan at gagamitin ko ang aking malikhaing pag-iisip at angking talento para mas tangkilikin ng mga kostumer ang negosyong itatayo ko.

ANG MILYONARYONG PUHUNAN

Ang pang-anim na hakbang para maging Milyonaryo ay ang pagkakaroon ng Milyonaryong puhunan. May iba't ibang pamamaraan ng pamumuhunan para makapagtayo ng sariling negosyo at mamuhay ng masaya, mapagmahal at napagpasalamat sa lahat ng aspeto ng buhay. Mainam na magsimula akong mamuhunan sa iba't ibang paraan ng pamumuhunan para matutunan ko kung paano kumikita ang bawat kumpanya at makakuha ako ng bagong impormasyon at karunungan sa pagsisimula ng sariling negosyo gamit ang angking talento.

PAGSASANAY

1. Magkano ang halagang pampuhunan ko?
2. Magkano ang naiipon ko sa bangko?
3. Anong libro ang nais kong basahin?
4. Sino ang kilala kong matagumpay na tao?
5. Anong *training* o pagsasanay ang balak kong salihan?
6. Magkano ang puhunan na kailangan ko para sa negosyong nais kong itayo?
7. Dumalo sa pagtitipon ng mga *network marketing company*.
8. Pag-aralan kung paano kumikita sa *stock market* bilang *trader* o *investor*.
9. Pag-aralan kung paano kumikita sa Mutual Funds at UITF.
10. Pag-aralan kung paano kumita sa *forex trading*.
11. Pag-aralan ang pagbebenta ng bahay at lupa.
12. Pag-aralan ang pagbebenta ng *insurance*.
13. Pag-aralan ang pagbebenta ng *memorial lot*.
14. Pag-aralan ang pagbebenta ng sasakyan.
15. Pag-aralan kung paano kumikita mula sa bahay-paupahan.
16. Pag-aralan kung paano kumikita mula sa *franchise business*.
17. Pag-aralan kung paano mamuhunan sa mga nagsisimulang negosyo.
18. Maging empleyado sa negosyo na kapareho ng negosyong nais simulan.

HAKBANG 7
MILYONARYONG NEGOSYO

KASABIHAN

"Ang negosyo ay paggawa ng malikhaing produkto o serbisyo gamit ang angking talento."

KAHULUGAN

NEGOSYO
Negosyante: kumpanya o tao na gumagawa ng panibagong produkto o nagbibigay ng serbisyo para makatulong.

KARUNUNGAN

Ang Negosyo

Ang pagiging malikhain sa negosyo ang nagbibigay ng tagumpay at yaman sa taong nakagawa nito. Ang bawat tao ay may sariling angking talento na kapag nagamit nang maganda ay magbibigay ng tagumpay at yaman. Sa malikhaing produkto o serbisyo ay mapapadali ang gawain na nakasanayan ng ginagawa at magbibigay saya sa taong nakagamit ng malikhaing pamamaraan gamit ang angking talento.

Magsimula ng Maliit na Negosyo

Maraming tao sa Pilipinas ang nagsimula ng maliit hanggang sa maging maunlad na negosyante ngayon. Ang lahat ng negosyo ay nagsisimula sa maliit at kapag ginawa ko ito ng mahabang panahon, mamalayan ko na lang na sobrang laki na pala nito. Ang pagnenegosyo ang magiging daan para makamtan ko ang tagumpay at yaman sa mundo. Kung iisipin: mula sa isang pares na sapatos ay naging SM Malls ang pag-aari ni Henry Sy; mula sa isang libro ay naging National Book Store naman ang pag-aari ni Socorro Ramos; mula sa isang inihaw na manok ay naging Mang Inasal na ang pag-aari ni Edgar Sia at mula sa isang maliit na bibliya ay naitatag ni Bo Sanchez ang The Feast. Lahat ng tagumpay at yaman ay nagsisimula sa isa.

Ang Kwento ng Piso

Ang piso ay napakahalaga sa buhay ng tao kung ito ay bibigyang-halaga. Ang piso ay maaaring maging mahigit na 100 milyong piso sa loob lang ng 28 araw. Dahil sa konseptong ito ay iniisip ko na palagi na ang bawat piso na ibinibili ko ay pwedeng maging 100 milyong piso, kaya ginagamit ko ang bawat piso sa tamang paraan. Nararapat lang na pahalagahan ang bawat piso. Gaano nga ba kahalaga ang piso?

Araw	Piso
1	1
2	2
3	4
4	8
5	16
6	32
7	64
8	128
9	256
10	512
11	1,024
12	2,048
13	4,096
14	8,192

Araw	Piso
15	16,384
16	32,768
17	65,536
18	131,072
19	262,144
20	524,288
21	1,048,576
22	2,097,152
23	4,194,304
24	8,388,608
25	16,777,216
26	33,554,432
27	67,108,864
28	**134,217,728**

Para maging mahigit na 100 milyong piso ang piso, ang kailangan ko lang palang gawin ay doblehin ang kita nito bawat araw sa loob lang ng 28 na araw. Makakamit ko ito sa paggamit ng angking talento para gumawa ng isang malikhain o kakaibang produkto o serbisyo na maibabahagi ko sa mundo para makapagsilbi sa maraming tao.

Ang Kwento ng Simpleng Negosyanteng Kaklase

Ang kwento ng kaklase ko sa elementarya ang naging inspirasyon ko para magtayo ng sariling negosyo gamit ang angking talento na kaloob sa akin ng Diyos para makapagsilbi sa maraming tao sa mundo. Mahigit sampung taon na nang huli kaming magkita sa Maynila habang ako ay nag-aaral ng kolehiyo sa Mapua Institute of Technology sa Intramuros, isang tanyag na paaralan pagdating sa kursong Engineering. Masasabing isa akong matalinong tao dahil DOST *scholar* ako sa loob ng limang taon at pasado ang lahat ng asignatura ko, at nang makatapos ay nakapasa ako bilang matagumpay na Electronics Engineer.

Samantalang ang kaklase ko naman ay isang ordinaryong mag-aaral noong elementarya kami sa Bicol. Nang magkita kaming muli ay ikinuwento niya ang kaniyang buhay mula nang makapagtapos siya ng pag-aaral at magsimula siya ng simpleng negosyo gamit kaniyang puhunan na tiwalang salita. Ginagamit niya ang kaniyang mga magagandang salita para makipag-usap na kumbinsihin ang mga kakilala na magtiwala sa kaniyang magpa-*print* ng kanilang mga kailangan. Mula sa isang tao na nagtiwala sa kaniya para magpa-*print* ay dumami ito, kung kaya siya ay nagtayo ng malaking negosyo na Digital Printing at nagkaroon ng mahigit na 50 empleyado.

Sa halos sampung taon niyang pagnenegosyo gamit ang puhunan na tiwalang salita ay kumikita na ngayon ang kaniyang negosyo ng mahigit na isang milyong piso bawat buwan kaya masasabi ko na isa siyang tunay na mayaman.

Dahil sa karanasang ito ay masasabi ko na hindi pala garantiya na ang pagiging matalino sa pag-aaral para maging Milyonaryo; kahit isang ordinaryong kaklase na ngayon ay isa ng negosyante ay kayang maging Milyonaryo.

Ang Mga Milyonaryong Produkto o Serbisyo

Ang pagtatayo ng sariling negosyo ay nangangailangan ng paggamit ng angking talento na kaloob ng Diyos para makalikha ng bagong produkto o serbisyo na makatutulong sa maraming tao para maging masaya, mapagmahal at nagpapasalamat. Narito ang ilan sa mga Milyonaryong produkto o serbisyo na maaring simulan depende sa angking talento. Ang malikhaing produkto o serbisyo ay mga panibagong bagay o pamaraan para makapagsilbi sa maraming tao.

Milyonaryong Produkto

Imbentor ng Malikhaing Produkto
Pinakamalikhain na Negosyateng Pilipino
Negosyo ng Masarap na Tinapay
Negosyo ng Masarap na Cake
Negosyo ng Pagkaing Masarap na Manok
Negosyo ng Pagkaing Masarap na Baboy
Negosyo ng Pagkaing Masarap na Baka
Negosyo ng Pagkaing Masarap na Isda
Negosyo ng Pagkaing Masarap na Buhay-dagat
Negosyo ng Pagkaing Masustansyang Gulay
Negosyo ng Pagkaing Masustansyang Prutas
Negosyo ng Pagkaing Matamis na Meryenda
Negosyo ng Malulusog na Manok
Negosyo ng Malulusog na Baboy

Negosyo ng Malulusog na Baka
Negosyo ng Malulusog na Isda
Negosyo ng Malulusog na Buhay-dagat
Negosyo ng Masarap na Ice Cream
Negosyo ng Matamis na Inumin
Negosyo ng Malinis na Inuming Tubig
Negosyo ng Masustansyang Itlog
Negosyo ng Magandang Bulaklak
Negosyo ng Pabangong Nakakaakit
Negosyo ng Magandang Damit
Negosyo ng Magandang Sapatos
Negosyo ng Magandang Sombrero
Negosyo ng Magandang Alahas
Negosyo ng Magandang Bag
Negosyo ng Magandang Laruan
Negosyo ng Agrikuturang Halamang Maganda
Negosyo ng Agrikuturang Bulaklak na Mabango
Negosyo ng Agrikuturang Masustansiyang Palayan
Negosyo ng Agrikuturang Masustansiyang Prutas
Negosyo ng Agrikuturang Masustansiyang Gulay
Negosyo ng Magandang Tanawin
Negosyo ng Magandang Paliguan
Negosyo ng Masayang Pasyalan
Negosyo ng Masayang Palaruan
Negosyo ng Matibay na Kagamitan sa Paaralan
Negosyo ng Matibay na Kagamitan sa Sasakyan
Negosyo ng Matibay na Kagamitan sa Bahay
Negosyo ng Matibay na Kagamitan sa Eroplano
Negosyo ng Matibay na Kagamitan sa Barko
Negosyo ng Matibay na Paggawa ng Barko
Negosyo ng Pagpaganda ng Sasakyan
Negosyo ng Pagpaganda ng Bahay
Negosyo ng Pagpapatibay ng Barko
Negosyo ng Pagpapatibay ng Eroplano
Negosyo ng Pinturang Pampaganda
Negosyo ng Magandang Computer
Negosyo ng Magandang Cellphone
Negosyo ng Magandang Electronics na Gamit
Negosyo ng Magandang Paglalaba ng Damit
Negosyo ng Pampasaya na Masahe o Spa
Negosyo ng Pampaganda ng Mukha
Negosyo ng Pampaganda ng Buhok
Negosyo ng Pampanganda ng Katawan
Negosyo ng Malusog na Pang-ehersisyo

Negosyo ng Paaralang Pangnegosyo
Negosyo ng Paaralang Pamumuhunan
Negosyo ng Librong Matagumpay at Mayaman
Negosyo ng Nakakabighaning Advertising
Negosyo ng Magagandang Digital Printing
Negosyo ng Maayos na Bahay Paupahan

Milyonaryong Serbisyo

Imbentor ng Malikhaing Serbisyo
Pinakamagaling na Artistang Pilipino
Masayahing Mangaawit
Malikhaing Artista
Malikhaing Mananayaw
Atletang Pinoy na Pang-Olimpik
Atletang Boksingero na Pang-Olimpik
Atletang Basketbol na Pang-Olimpik
Atletang Potbol na Pang-Olimpik
Atletang Pingpong na Pang-Olimpik
Atletang Mananakbo na Pang-Olimpik
Atletang Karate na Pang-Olimpik
Atletang Swimming na Pang-Olimpik
Atletang Badminton na Pang-Olimpik
Pinakamagaling na Manlalaro ng Bilyar
Pinakamagaling na Manlalaro ng Golf
Pinakamagaling na Manlalaro ng Bowling
Mabentang Manunulat
Magaling na Tagapagsanay
Politikong Mapagmahal na Nagsisilbi
Pamamahala ng mga Matagumpay na Kumpanya
Propesyonal na Certified Public Accountant
Propesyonal na Nakakabighaning Marketing Associate
Propesyonal na Matalinong Purchasing Officer
Propesyonal na Doktor
Propesyonal na Abogado
Propesyonal na Engineer
Propesyonal na Architect
Propesyonal na Kapitan ng Barko
Propesyonal na Hepe Makinista ng Barko
Propesyonal na Kapitan ng Eroplano
Propesyonal na Pagbebenta ng Bahay at Lupa
Propesyonal na Pagbebenta ng Sasakyan
Propesyonal na Pagbebenta ng Insurance

Propesyonal na Pagbebenta ng Memoryal na Lupa
Propesyonal na Network Marketing Builder
Propesyonal na Stock Market Trader
Propesyonal na Forex Trader
Propesyonal na Tagagawa ng Magandang Pelikula
Propesyonal na Tagagawa ng Masayang Awit
Propesyonal na Tagagawa ng Malikhaing Sayaw
Propesyonal na Tagagawa ng Magandang Website
Propesyonal na Tagagawa ng Magandang Larawan
Propesyonal na Tagagawa ng Magandang Sasakyan
Propesyonal na Tagagawa ng Magandang Barko
Propesyonal na Tagagawa ng Magandang Eroplano
Propesyonal na Tagagawa ng Magandang Bahay
Serbisyo ng Simbahan para Mapalawak ang Balita ng Diyos
Serbisyo ng Kawanggawa para sa Malinis na Kapaligiran
Serbisyo ng Kawanggawa para sa Magandang Kapaligiran
Serbisyo ng Kawanggawa para sa Malinis na Tubig
Serbisyo ng Kawanggawa para sa Kapayapaan sa Mundo
Serbisyo ng Kawanggawa para sa Taong Nangangailangan

Talaan ng mga Mayayaman sa Pilipinas ng 2013

Pangkalahatang Kita ng Hulyo 2013 ayon sa Forbes

Ranggo	Pangalan	Pangkalahatang Kita	Edad
1	Henry Sy at Pamilya	$12,000 M	88
2	Lucio Tan at Pamilya	$7,500 M	79
3	Andrew Tan	$4,600 M	61
4	Enrique Razon, Jr.	$4,500 M	53
5	John Gokongwei, Jr.	$3,400 M	86
6	Jaime Zobel de Ayala at Pamilya	$3,100 M	79
7	Pamilya ng Aboitiz	$3,000 M	-
8	David Consunji	$2,700 M	91
9	George Ty at Pamilya	$2,600 M	80
10	Lucio & Susan Co	$1,900 M	58
11	Tony Tan Caktiong at Pamilya	$1,700 M	60
12	Robert Coyiuto, Jr.	$1,500 M	60
13	Emilio Yap	$1,350 M	87
14	Roberto Ongpin	$1,300 M	76
15	Inigo & Mercedes Zobel	$1,200 M	57

16	Manuel Villar	$1,050 M	63
17	Andrew Gotianum	$1,000 M	85
18	Beatrice Campos at Pamilya	$ 900 M	-
19	Vivian Que Azcona at Pamilya	$ 840 M	-
20	Eduardo Cojuangco	$ 825 M	78
21	Alfonso Yuchengco at Pamilya	$ 705 M	90
22	Oscar Lopez at Pamilya	$ 675 M	83
23	Betty Ang	$ 600 M	-
24	Jorge Araneta	$ 505 M	-
25	Carlos Chan	$ 500 M	72
26	Michael Romero	$ 490 M	40
27	Eric Recto	$ 485 M	50
28	Mariano Tan, Jr.	$ 435 M	51
29	Frederick Dy	$ 290 M	58
30	Walter Brown	$ 270 M	74
31	Ramon Ang	$ 260 M	59
32	Jose Antonio	$ 255 M	66
33	Wilfred Steven Uytengsu, Jr. at Pamilya	$ 250 M	51
34	Manuel Zamora	$ 240 M	73
35	Jacinto Ng	$ 230 M	-
36	Alfredo Ramos at Pamilya	$ 225 M	69
37	Gilberto Duavit at Pamilya	$ 224 M	78
38	Menardo Jimenez	$ 223 M	81
39	Edgar Sia	$ 210 M	36
40	Bienvenido Tantoco, Sr. at Pamilya	$ 205 M	92

Sanggunian: www.forbes.com

Mayayamang Negosyante sa Pilipinas

Mapapansin sa talaan na puro negosyante ang mga mayayamang tao sa Pilipinas sa taong 2013. Mapapansin rin na ang nangungunang mayayaman ay karaniwang ay mga Tsinoy sa kadahilanan na iba ang kultura at paniniwala nila tungkol sa pagnenegosyo. Nagnenegosyo ang mga Tsinoy dahil ito ang pinakamadaling paraan para yumaman base sa kanilang kultura at paniniwala.

Kung ang lahat ng Pilipino ay negosyo na ang balak gawin ay tiyak na yayaman sa sariling bansa at matutupad ang pangarap ko na lahat ng OFW ay nasa Pilipinas na. Ang OFW ay magiging Overseas Foreign Workers na nangangahulugang ang mga *foreigner* na ang pupunta sa Pilipinas para magtrabaho dahil ang mga Pilipino ay puro negosyante na. Ang Pilipinas ay matatawag na Business Capital in the World kapag natupad ang pangarap ko na lahat ng OFW ay nasa Pilipinas na.

Bakit Negosyo ang Ginagawa ng mga Tsinoy?

Sa pagdalo ng mga *training*, nakilala ko ang isang Tsinoy na presidente ng isang kilalang kumpanya. Ikinuwento niya kung bakit negosyo ang ginagawa ng Tsinoy sa Pilipinas.

Ayon sa kaniya, bata pa siya ay lagi nang sinasabi ng kanilang magulang na mag-aral nang mabuti para makapagtapos at makapagtayo ng sariling negosyo. Kaya sa batang edad ay nagsisimula nang magtayo ng simpleng negosyo ang mga Tsinoy dahil iyon ang narinig nila sa kanilang magulang. Nang makatapos ng pag-aaral ay marami ng karanasan sa negosyo ang mga Tsinoy kaya mabilis na nagtatagumpay at yumayaman. Sabi pa niya, halos lahat ng magagandang katangian ay nasa Pilipino na para yumaman; isa na lang ang kailangan para makumpleto ito: ang maging negosyante.

Kaya naman ang misyon ng kaniyang negosyo ay naglalayon na maging pag-uugali na ng mga Pilipino ang pagnenegosyo para maging matagumpay at mayaman sa buhay.

Pagsumikap na Ituloy ang Negosyo

Ang patuloy na pagsusumikap na ituloy ang nasimulang negosyo ang pinakaimportanteng dahilan para maging magtagumpay at yumaman ang taong nakagawa nito. Importante ang pagsusumikap na ituloy ang negosyo ng maraming taon at paggawa ng sistema para magkaroon ng awtomatikong trabaho ang empleyado dahil alam na ang gagawin sa buong araw kahit wala ang namamahala ng negosyo.

Ang tamang sistema ay gabay sa mga magiging empleyado para magtrabaho batay sa trabahong nakalaan sa kaniya. Sa ganitong paraan ay hindi kailangan na sabihin pa sa bawat empleyado ang kailangang gawain sa negosyo dahil mayroon ng trabahong nakalaan sa bawat empleyado.

Pagpursigi na Palawakin ang Negosyo

Ang pagpursiging palawakin ang nasimulang negosyo ang importanteng dahilan para maging matagumpay at yumaman ang taong nakagawa nito. Ang palawakin ang nasimulang negosyo sa maraming lugar ang dapat na gawin para maparami at lumaki ang negosyong itinayo gamit ang tamang sistema ng isang malaking negosyo. Ang pagpupursigi na palawakin ang nasasakupan ang importanteng paraan para maging matagumpay ang negosyo.

Pagplano para Mapalawak ang Negosyo

Pagplanuhang mabuti para mapalawak ang negosyong nais simulan sa pamamagitan ng simpleng pamamaraang nadiskubre ko. Sa unang taon ay doblehin ang kita bawat buwan. Sa pangalawang taon naman, ang kinita sa loob ng unang taon ay kikitahin na lang sa bawat buwan. Sa pangatlong taon naman, ang kinita sa loob ng pangalawang taon ay kikitahin na lang sa bawat buwan. Sa pang-apat na taon, ang kinita ng pangatlong taon ay kikitahin na lang sa bawat buwan. Sa panlimang taon, ang kinita ng pang-apat na taon ay kikitahin na lang sa bawat buwan. Patuloy lang itong gawin hanggang sa umabot ng 5 taon na pagnenegosyo. Sa loob ng 5 taon na pagnenegosyo, magiging sapat na ang kita para hindi na magtrabaho nang pisikal. Mabibili na ang lahat ng kagustuhan sa buhay at makakapagbakasyon kasama ang masaya, mapagmahal at nagpapasalamat na pamilya.

Halimbawa ng Limang Taong Pagpaplano para Mapalawak ang Negosyo

Halimbawa ay gagawa ako ng librong "Paano Maging Milyonaryo?" gamit ang angking talento na kaloob ng Diyos na ipamamahagi ko sa lahat ng tao sa buong mundo para maging matagumpay ako at mayaman na manunulat.

Buwan	Nabentang Mga Libro Piraso	Pangkalahatang Kita Piso	Kita ng Nagpasimula (4%) Piso
Disyembre 2013	30	6,000	240
Enero 2014	60	12,000	480
Pebrero 2014	120	48,000	960
Marso 2014	240	96,000	1,920
Abril 2014	480	192,000	3,840
Mayo 2014	960	384,000	7,680
Hunyo 2014	1,920	768,000	15,360
Hulyo 2014	3,840	1,536,000	30,720
Agosto 2014	7,680	3,072,000	61,440
Setyembre 2014	15,360	6,144,000	122,880
Oktubre 2014	30,720	12,288,000	245,760
Nobyembre 2014	61,440	24,570,000	491,520
Disyembre 2014	122,850	24,570,000	982,800
Enero 2015	122,850	24,570,000	982,800
Pebrero 2015	122,850	24,570,000	982,800

Marso 2015	122,850	24,570,000	982,800
Abril 2015	122,850	24,570,000	982,800
Mayo 2015	122,850	24,570,000	982,800
Hunyo 2015	122,850	24,570,000	982,800
Hulyo 2015	122,850	24,570,000	982,800
Agosto 2015	122,850	24,570,000	982,800
Setyembre 2015	122,850	24,570,000	982,800
Oktubre 2015	122,850	24,570,000	982,800
Nobyembre 2015	122,850	24,570,000	982,800
Disyembre 2015	1,470,000	294,840,000	11,793,600
Enero 2016	1,470,000	294,840,000	11,793,600
Pebrero 2016	1,470,000	294,840,000	11,793,600
Marso 2016	1,470,000	294,840,000	11,793,600
Abril 2016	1,470,000	294,840,000	11,793,600
Mayo 2016	1,470,000	294,840,000	11,793,600
Hunyo 2016	1,470,000	294,840,000	11,793,600
Hulyo 2016	1,470,000	294,840,000	11,793,600
Agosto 2016	1,470,000	294,840,000	11,793,600
Setyembre 2016	1,470,000	294,840,000	11,793,600
Oktubre 2016	1,470,000	294,840,000	11,793,600
Nobyembre 2016	1,470,000	294,840,000	11,793,600
Disyembre 2016	17,690,400	3,538,080,000	141,523,200
Enero 2017	17,690,400	3,538,080,000	141,523,200
Pebrero 2017	17,690,400	3,538,080,000	141,523,200
Marso 2017	17,690,400	3,538,080,000	141,523,200
Abril 2017	17,690,400	3,538,080,000	141,523,200
Mayo 2017	17,690,400	3,538,080,000	141,523,200
Hunyo 2017	17,690,400	3,538,080,000	141,523,200
Hulyo 2017	17,690,400	3,538,080,000	141,523,200
Agosto 2017	17,690,400	3,538,080,000	141,523,200
Setyembre 2017	17,690,400	3,538,080,000	141,523,200
Oktubre 2017	17,690,400	3,538,080,000	141,523,200
Nobyembre 2017	17,690,400	3,538,080,000	141,523,200
Disyembre 2017	212,284,800	42,456,960,000	1,698,278,400
Enero 2018	212,284,800	42,456,960,000	1,698,278,400
Pebrero 2018	212,284,800	42,456,960,000	1,698,278,400
Marso 2018	212,284,800	42,456,960,000	1,698,278,400
Abril 2018	212,284,800	42,456,960,000	1,698,278,400
Mayo 2018	212,284,800	42,456,960,000	1,698,278,400
Hunyo 2018	212,284,800	42,456,960,000	1,698,278,400
Hulyo 2018	212,284,800	42,456,960,000	1,698,278,400
Agosto 2018	212,284,800	42,456,960,000	1,698,278,400
Setyembre 2018	212,284,800	42,456,960,000	1,698,278,400
Oktubre 2018	212,284,800	42,456,960,000	1,698,278,400
Nobyembre 2018	212,284,800	42,456,960,000	1,698,278,400
Pangkalahatan ng Disyembre 2018	**2,778,989,850**	**555,797,970,000**	**22,231,918,800**

Sa halimbawang ito, kumita ako sa pamamagitan ng paggawa ng produktong libro gamit ang angking talento ko. Nagsimula ako sa pagbebenta ng isang pirasong libro. Sa limang taon kong pagtataguyod ng negosyo, nakapagbenta ako ng halos 3 bilyong kopya nito at nakarating pa sa iba't ibang bansa.

Sa pag-iipon lamang ng 4% ng kita ko para magamit sa pagbabakasyon ay umabot ng 22 bilyong piso ang ipon! Sapat na ang halagang ito para magamit ko sa pagbabakasyon sa mahabang panahon kasama ang pamilya ko. Kung ganito ang gagawing paraan sa pagpapalawak ng isang negosyo, tiyak na magiging matagumpay at mayaman ang taong gagawa nito sa loob ng limang taon.

Magandang Paraan ng Pamamahala ng Kita ng Negosyo

Dahil sa matalinong pag-iisip ay nakakagawa ako ng malikhaing solusyon para magamit nang maganda ang pamamahala ng kita ng isang negosyo gamit ang angking talento. Ito ay isang gabay lang sa pagsisimula ng negosyong nais.

Nagtiwala (Investor)	1%
Nagpasimula (Founder)	4%
Pagsasaya (Employees' Incentive)	5%
Pagbibigay (Company Social Responsibility)	10%
Pamamahala (CEO)	10%
Tagahawak-Yaman (Accounting)	10%
Tagapagpalawak (Sales and Marketing)	5%
Tagabili (Purchasing)	5%
Pagpaganda (Quality)	10%
Pagpalago (Revolving Fund)	30%
Responsibilidad (Utilities)	10%
Pangkalahatang Kita	100%

Kita para sa Nagtiwala sa Negosyo

Kailangan kong maglaan ng 1% ng kita ng negosyo ko para sa mga taong unang naniwala at nagtiwala na kikita ito. Sila ang mga taong unang naglaan ng kapital para masimulan ang negosyo. Magsisilbi silang inspirasyon sa akin bilang negosyante na ituloy ang negosyo ko gamit ang angking talento.

Kita para sa Nagpasimula ng Negosyo

Ang 4% na kita ng negosyo ay inilalaan ko sa mga nakaisip at nagtatag ng negosyo gamit ang angking talento. Ito ang magsisilbing *reward* sa mga taong ito sa kanilang paglalakas-loob na magsimula ng negosyo, at magagamit ang halagang ito sa pagbabakasyon kasama ang pamilya matapos ang ilang taong pagtatrabaho.

Kita para sa Pagsasaya

Ang 5% na kitang ito ng negosyo ay inilalaan ko para sa mga taong masisipag na nagtatrabaho para sa negosyo ko. Ito ay magbibigay ng inspirasyon o *incentive* sa mga empleyado para maging masaya, magsumikap at magpursigi pa para mas mapalago ang negosyo.

Kita para sa Pagbibigay

Ang 10% na kita ng negosyo ay inilalaan para sa pagbibigay sa mga taong nangangailangan, sa simbahan, at sa nagkakawang-gawa. Ito ang magbibigay ng biyaya sa negosyo para maging matagumpay at dumami ang tumangkilik rito.

Kita para sa Pamamahala

Ang 10% na kita ng negosyo ay gagamitin bilang sweldo sa namamahala ng negosyo. Nakasalalay ang magandang takbo ng negosyo para ito ay mapalago sa maganda ring pamamahala nito. Nangangailangan ng isang masaya, mapagmahal at nagpapasalamat na Chief Executive Officer (CEO) para rito.

Kita para sa Tagahawak-Yaman

Ang 10% na kita ng negosyo ay gagamitin ko bilang sweldo sa humahawak ng yaman o *accountant* ng negosyo para maging maganda ang paghawak ng kita ng negosyo. Nangangailangan ng isang magaling at mapagkakatiwalaan na Certified Public Accountant para rito.

Kita para sa Tagapagpalawak ng Negosyo

Ang 5% na kita ng negosyo ay sweldo ng tagapagpalawak nito para mas lalo pang dumami ang tumangkilik sa negosyo. Nangangailangan ng isang magaling at nakakabighani na Marketing Sales Executive para rito.

Kita para sa Tagabili sa Negosyo

Ang 5% na kita ay magsisilbing sweldo ng tagabili ng mga produkto o serbisyong kailangan ng negosyo para magpatuloy ang operasyon nito. Nangangailangan ng isang magaling at matalinong Purchasing Officer para rito.

Kita ng Negosyo para sa Pagpaganda

Ang 10% na kita ng negosyo ay nakalaan para sa pagpapaganda ng kalidad ng mga produkto o serbisyo ng negosyo.

Kita para sa Pagpapalago ng Negosyo

Ang 30% na kita ng negosyo ay nakalaan para sa pagpapalago nito. Ito ay magsisilbing umiikot na puhunan ng negosyo para magkamit ng bagong produkto o serbisyo para madoble ang benta at kita sa susunod na buwan.

Kita ng Negosyo para sa Responsibilidad

Ang 10% kita ng negosyo ay nakalaan para sa responsibilidad at dapat bayaran sa negsoyo gaya ng renta sa opisina, kuryente, tubig, kagamitan, at iba pa.

Pangkalahatang Kita ng Negosyo

Ang pangkalahatang kita ng negosyo (100%) ay magandang paraan para magkaroon ng Milyonaryong negosyo na may masaya, mapagmahal, at nagpapasalamat sa lahat ng aspeto ng buhay: emosyonal, intelektwal, ispiritwal, pisikal at materyal.

Halimbawa ng Pamamahala ng Kita ng Negosyo

Halimbawa ay mamumuhunan ako ng 50,000 piso sa unang buwan sa pagpapagawa ng libro. Ang puhunan ko sa bawat libro ay 50 piso at makakagawa ako ng 1,000 libro na mabebenta ng 200 piso bawat isa.

Panimulang Puhunan *(Initial Investment)*	P 50,000
Pangkalahatang Benta (*Gross Income*)	P200,000
Pangkalahatang Kita (*Net Income*) = Pangkalahatang Benta – Panimulang Puhunan	P150,000
• Nagtiwala sa Negosyo	P 1,500
• Nagpasimula ng Negosyo	P 6,000
• Pagsasaya ng mga Empleyado	P 7,500
• Pagbibigay sa mga Nangangailangan	P 15,000
• Pamamahala ng Negosyo	P 15,000
• Tagahawak-yaman	P 15,000
• Tagapalawak ng Negosyo	P 7,500
• Tagabili sa Negosyo	P 7,500
• Pagpapaganda ng Negosyo	P 15,000
• Pagpapalago ng Negosyo	P 45,000
• Responsibilidad	P 15,000

Ito ay simpleng halimbawa lang ng pamamahala ng kita ng negosyo na pagbebenta ng libro na makakatulong para mapaunlad ang simpleng negosyo.

Pagsisimula ng Simpleng Negosyo

Mayroon akong walong simpleng paraan para makapagsimula ng simpleng negosyo na nais itayo gamit ang angking talento na kaloob ng Diyos.

1) Alamin ang angking talento
2) Alamin kung paano magagamit ang angking talento
3) Lumikha ng magandang pangalan ng negosyo
4) Pumunta sa Department of Trade and Industry (DTI) para irehistro ang negosyo
5) Simulan ang simpleng negosyo sa pamamagitan ng paggawa ng malikhaing produkto o serbisyo
6) Ibenta ang malikhaing produkto o sebisyo

7) Pagandahin ang nagawang malikhaing produkto o serbisyo
8) Palawakin ang negosyo

Alamin ang Angking Talento

Ang unang paraan sa pagsisimula ng negosyo ay ang pag-alam ko ng angking talento ko sa pamamagitan ng pagtatanong sa sarili kung ano ang mga nagpapasayang bagay o gawain sa akin base sa mga magandang karanasanan ko sa buhay.

Alamin kung Paano Magagamit ang Angking Talento

Ang pangalawang paraan sa pagsisimula ng negosyo ay ang pag-alam ko kung paano ko magagamit ang angking talento na ito para sa pagsisilibi sa maraming tao sa pamamagitan ng paglikha ng bagong produkto o serbisyo.

Lumikha ng Magandang Pangalan ng Negosyo

Ang pangatlong paraan sa pagsisimula ng negosyo ay paglikha ng magandang pangalan ng negosyo para kapag nakita ito ng ibang tao, masasabi nilang propesyonal ang dating ng negosyo at mapagkakatiwalaan ito.

Pumunta sa DTI para Marehistro ang Negosyo

Ang pang-apat na paraan sa pagsisimula ng negosyo ay ang pagpunta sa opisina ng Department of Trade and Industry (DTI) ng probinsya o siyudad kung saan nais magbenta ng produkto o serbisyo para mairehistro ito. Kailangang magbayad ng 200 piso kung barangay ang nasasakupan at 500 piso naman para sa lungsod.

Simulan ang Simpleng Negosyo

Ang panlima hanggang pampitong paraan sa pagsisimula ng negosyo ay ang paggawa ng malikhaing produkto o pagbibigay ng kakaibang serbisyo sa mga taong nangangailangan. Magsimula sa pagbebenta ng produkto o serbisyo sa isang tao at mangarap na palawakin ang nais pagsilbihan hanggang sa maging tanyag sa buong mundo ang negosyo. Pagandahin ang malikhaing produkto o serbisyo sa pamamagitan ng pakikinig sa mga opinyon ng mga nakagamit o nakaranas na nito. Kapag mas malaki na ang kinikita ng simpleng negosyo sa trabaho ay pwede nang gawin ito nang buong-puso at oras para mas malawak ang masasakupan ng negosyong tinayo. Tandaan, ang negosyong sisimulan ayon sa angking talento ay dapat na malikhain, may kakaibang produkto o serbisyo at naglalayong makapagsilbi sa maraming tao sa buong mundo para magtagumpay at yumaman.

Palawakin ang Negosyo

Ang pangwalong paraan sa pagsisimula ng simpleng negosyo ay ang palawakin ito. Para sa mga negosyong may magandang layon at nagbibigay ng serbisyo sa iba, maaari itong gawing Non-Profit Organization (NPO) na binubuo ng limang mamumuhunan. Makakatulong ito para mapababa ang babayarang buwis na mailalaan pa sa pagsisilbi sa mas nakararami. Layunin din nito na kumita ang lahat ng nagpupursigi para mapalago ang negosyo at makinabang nang husto ang mga pinagsisilbihan nito. Iparehistro ang negosyo sa Security and Exchange Commission (SEC), *barangay hall*, munisipyo, at Bureau of Internal Revenue (BIR) para maging legal lahat ng gawain ng negosyo. Sa ganitong paraan, magiging madali ang pagpapalawak ng negosyo.

Halimbawa ng Pagsisimula ng Simpleng Negosyo

Magtatayo ako ng sariling negosyo gamit ang angking talento ko na pagkakaroon ng matalinong pag-iisip at positibong paniniwala sa buhay. Magsusulat ako ng libro na "Paano Maging Milyonaryo?" na may 8 madadaling hakbang para maging masaya, mapagmahal at nagpapasalamat na Milyonaryo sa lahat ng aspeto ng buhay: emosyonal, intelektwal, ispiritwal, pisikal at materyal.

Ang pangalan ng negosyo ko ay MILLIONAIRE PUBLISHING SOLUTION. Ang pagbebenta kasi ng libro ay napapasailalim sa PUBLISHING; ang libro ay tungkol sa pagtatagumpay at pagyaman kaya may MILLIONAIRE ang pangalan ng negosyo ko at ito ay solusyon para magkaroon ng Milyonaryong libro na magagamit ng lahat tao sa buong mundo.

Ipaparehistro ko sa DTI ang pangalan ng negosyo at magbabayad ng 500 piso para ang nasasakupan ng negosyo ko ay ang buong siyudad ng Santa Rosa, Laguna. Sisimulan kong ipalathala ang libro sa mga negosyong gumagawa ng mga libro at ibebenta ko ito sa mga kakilala mula sa isang tao hanggang sa tangkilikin ng maraming tao sa buong mundo.

Maghahanap ako ng limang tao na mamumuhunan sa negosyo ko para maitayo ang Non-Profit Organization at ipaparehistro ko rin ang negosyo sa SEC, barangay, munisipyo at BIR para maging legal lahat ng papeles at madali kong mapalawak ang negosyong itinayo ko. Ang lahat ng kikitahin ng negosyo ay gagamitin ko sa suweldo ng nagpasimula nito, mga empleyado at sa pagpapalago ng negosyo. Ang salitang ginamit ko sa unang edisyon ng libro ay Tagalog. Para makarating ito sa ibang bansa, isasalin ko sa wikang Ingles ang libro na may titulong "How To Become A Millionaire? The 8 Easy Steps to Become a Happy, Loving and Grateful Millionaire in All Aspects of Life: Emotional,

Intellectual, Spiritual, Physical and Material". Ito ay makikilala sa anim na kontinente ng mundo kabilang na ang Asya, Hilagang Amerika, Timog Amerika, Australya, Europa, at Aprika. Maisasalin ito sa maraming wika para mas maging madali sa mga mambabasa ang pag-unawa rito.

Ang librong ito ay mapapasama sa Guiness Book of World Records bilang pinakamaraming nabentang libro sa buong mundo. Lahat ng ito ay nagsimula sa isang pangarap, sa isang libro, sa isang simpleng negosyo, at simpleng Pilipino na katulad ko.

ANG MILYONARYONG NEGOSYO

Ang pampitong hakbang sa pagiging Milyonaryo ay ang pagkakaroon ng Milyonaryong negosyo sa pamamagitan ng paglikha ng makabago at kakaibang produkto o serbisyo sa pagsisimula ng simpleng negosyo gamit ang walong pamamaraan. Ang walong paraan na ito ay: alamin ang angking talento, alamin kung paano magagamit ang angking talento, magkaroon ng magandang pangalan ng negosyo, iparehistro sa DTI, pagsisimula sa paggawa ng malikhain na produkto o serbisyo, pagbebenta ng produkto o pagbibigay ng serbisyo, pagpapaganda ng simpleng negosyo at pagpapalawak ng negosyo sa buong mundo. Magkaroon ng magandang pamamahala ng kita ng negosyo sa pamamagitan ng paglalaan ng 1% ng kita sa unang nagtiwala sa negosyo, 4% ng kita sa nagpasimula nito, 5% sa pagsasaya ng mga empleyado, 10% sa pamamahala ng negosyo, 10% bilang sweldo ng taghawak-yaman, 5% sa pagpapalawak ng negosyo, 5% sa pagbibili ng mga kailangang produkto o serbisyo para mas mapalago ang negosyo, 10% ng kita sa pagpaganda ng negosyo, 30% sa pagpapalago ng negosyo at 10% sa responsibilidad o bayarin.

PAGSASANAY

1. Ilang araw bago maging mahigit 100 milyong piso ang unang pisong puhunan kung madodoble ko ang kita ko kada araw?

2. Anong Milyonaryong produkto ang gusto kong simulan ayon sa sariling angking talento?

3. Anong Milyonaryong serbisyo ang gusto kong gawin?

4. Bakit negosyo ang ginagawa ng mga Tsinoy sa Pilipinas?

5. Pagsusumikapan ko bang ituloy ang negosyo para magtagumpay?

6. Magpupursigi ko bang mapalawak ang negosyo sa buong mundo para yumaman?

7. Pangarap ko bang magtatrabaho ng limang taon lang gamit ang angking talento ko sa pagnenegosyo?

8. Pangarap ko bang magtatrabaho ng limang taon lang at magbabakasyon ng mahabang panahon pagkatapos?

Halimbawa ay may Milyonaryong negosyo ako at kumikita ng 1 Milyong piso bawat buwan.

1. Magkano ang ilalaan kong halaga para sa nagtiwala sa negosyo?

2. Magkano ang para sa nagpasimula ng negosyo?

3. Magkano ang halagang ilalaan para sa pagsasaya ng mga empleyado?

4. Magkano ang para sa pagbibigay sa nangangailangan?

5. Magkano ang ilalaan mula sa kita para sa pamamahala ng negosyo?

6. Magkano ang sweldo ng tagahawak-yaman ng negosyo?

7. Magkano ang kitang ilalaan para sa pagpapalawak ng negosyo?

8. Magkano ang para sa pagbili ng mga produkto o serbisyong kailangan para mapalawak ang negosyo?

9. Magkano ang kitang ilalaan para sa pagpapaganda ng negosyo?

10. Magkano ang para sa umiikot na puhunan ng negosyo?

11. Magkano ang para sa responsibilidad sa negosyo?

Sagutin ang mga sumusunod:
1. Ano ang angking talento ko?

2. Ano ang naiisip kong malikhaing at makabagong produkto o serbisyo?

3. Ano ang magandang pangalan ng negosyo?

4. Kailan ako pupunta ng DTI para iparehistro ang negosyo?

5. Kailan ako magsisimulang gumawa ng malikhaing produkto o serbisyo na ibebenta ko sa isang tao hanggang sa makapagbenta ako sa maraming tao?

6. Kailan ako magsisimulang magbenta ng malikhaing produkto o magbigay ng serbisyo mula sa isa hanggang sa maraming tao?

7. Kailan ko gagawin nang buong-puso at oras ang negosyong sisimulan ko para mapaganda pa lalo?

8. Pangarap ko bang makarating sa buong mundo ang malikhaing produkto o serbisyo ko?

HAKBANG 8
MILYONARYONG GAWAIN

KASABIHAN

"Ang nakasanayang gawain ay parang isang hibla ng tali na habang dumadami ay lalo itong tumitibay."

KAHULUGAN

NAKAGAWIAN
Palaging ginagawa: ang paulit-ulit na gawain na nagiging natural na pagkatao o pag-uugali.

KARUNUNGAN

Ang Mga Gawain

Ang mga gawain na ipapaliwanag ko ay batay sa mga karanasan ko at karanasan ng mga matatagumpay at mayayaman na tao tulad nina Napoleon Hill, Robert Kiyosaki at John Calub.

Dahil kay Napoleon Hill, nangarap akong maging pinakasikat na manunulat sa buong mundo sa pamamagitan ng pagbebenta ng pinakaraming libro. Dahil kay Robert Kiyosaki ay gumawa ako ng mga paraan para maranasan ang maging mayaman na tao. Dahil kay John Calub, natutunan ko ang mga tamang gawain para maging matagumpay sa buhay. Ang mga naging inspirasyon ko sa buhay ang naging susi ko para mabuo ang konsepto ng Milyonaryong gawain para magtagumpay at yumaman sa mundo at maging masaya, mapagmahal at nagpapasalamat na Milyonaryo sa lahat ng aspeto ng buhay: emosyonal, intelektwal, ispiritwal, pisikal at materyal.

Ang Kapangyarihan ng Numerong 28

Sa karanasan ko ay napakamakapangyarihan ng numerong 28 para matupad ang mga pangarap at magtagumpay. Nakapasa ako bilang inhinyero matapos ang 28 araw ng sarilinang pag-aaral para sa Board Exam. Naisulat ko ang librong "Paano Maging Milyonaryo?" gamit ang angking talento ko pagkatapos ng 28 linggo. Pagkatapos ng 28 buwan naming magkasintahan ay ikinasal kami ng pinakamamahal kong asawa at sa ika-28 na araw ng buwan kami ikinasal. Pagkatapos ng 28 taon na pagsusumikap ay natupad ang pangarap kong magkaroon ng sariling bahay at sasakyan. Napag-alaman ko na ang piso ay magiging mahigit 100 milyong piso sa loob lang ng 28 araw kung gagamitin ang angking talento sa pagnenegosyo sa pamamagitan ng paglikha ng panibagong produkto o serbisyo. Ayon sa Batas ng Pito, pagkatapos ng 28 araw ay maisapupuso at kusa ko ng gagawin ang isang karunungan na natutunan ko. Dahil sa karanasang ito ay nadiskubre ko na makapangyarihan ang numerong 28 para matupad ang mga pangarap ko at mamuhay nang matagumpay at mayaman. Ito ang gagawin kong basehan para dumating ang pinapangarap ko sa loob ng 28 araw na gawain.

Malaking Misyon sa Buong Mundo

Ang malaking misyon ng bawat tao sa mundo ay mapagsilbihan ang iba sa pamamagitan ng paggamit ng angking talento para makalikha ng panibagong produkto o serbisyong makakapagpasaya at makakapagpadali ng nakagawain ng ibang tao. Napag-alaman ko din na sa loob lang ng limang taon na pagnenegosyo ay makakamit na ang tagumpay at kayamanan sa mundo. Dahil dito ay nakaimbento ako ng dasal na gagamitin ko para makamit ang tagumpay at kayamanan sa mundo na masaya, mapagmahal at nagpapasalamat sa lahat ng aspeto ng buhay ko: emosyonal, intelektwal, ispiritwal, pisikal at materyal. Ang dasal na ito ay tatawagin kong Milyonaryong Dasal na nagiging pinakamakapangyarihang dasal sa buong mundo tungkol sa pagtatagumpay at pagyaman.

Ang Milyonaryong Dasal

Ang Milyonaryong Dasal ay may 8 pangungusap na bibigkasin sa loob ng 28 araw, dalawang beses sa kada araw: isa pagkagising sa umaga at isa bago matulog sa gabi. Bigkasin ang dasal ng dalawang beses: isa habang binabasa at isa habang nakapikit at may damdaming masaya, mapagmahal at nagpapasalamat sa loob ng 28 minuto.

Sa ganitong pagdarasal ay magkakaroon ng awtomatikong pag-iisip para sa positibong paniniwala sa buhay tungkol sa pagtatagumpay at pagyaman. Ang dasal na ito ay magbibigay ng magandang paniniwala na siyang magiging simula ng pamumuhay bilang tunay na Milyonaryo sa lahat ng aspeto ng buhay: emosyonal, intelektwal, ispiritwal, pisikal at materyal. Ang pagdarasal ay nangangailangan ng matinding damdamin na masaya, mapagmahal, at nagpapasalamat habang binibigkas ito nang nakabukas ang mata at habang nakapikit.

Ang Walong Pangungusap ng Milyonaryong Dasal

Ang walong pangungusap ng Milyonaryong Dasal:

1. Ang unang pangungusap ay nagtataglay ng tagumpay na nais makamit sa buhay.
2. Ang pangalawang pangungusap ay nagtataglay ng gusto at masayang gawain para magtagumpay gamit ang angking talento.
3. Ang pangatlong pangungusap ay nagtataglay ng mapagmahal na layuning pagsilbihan ang buong mundo gamit ang angking talento.
4. Ang pang-apat na pangungusap ay nagtataglay ng kayamanan na nais makamit sa buhay sa loob ng limang taon.
5. Ang panlimang pangungusap ay nagtataglay ng kayamanan na nakamit at pagbibigay ng 10% mula sa pinagpalang kita para sa mga taong nangangailangan, sa simbahan, at sa nagkakawang-gawa.
6. Ang pang-anim na pangungusap ay nagtataglay ng pagkakaroon ng magandang pangangatawan at pagmamahal sa kapwa.
7. Ang pampitong pangungusap ay nagtataglay ng masaya, mapagmahal, at nagpapasalamat na buhay sa pamilya at sa kapaligiran.
8. Ang pangwalong pangungusap ay nagtataglay ng pagpapasalamat sa Diyos dahil sa nakakamtang tagumpay at kayamanan habang naglalakbay.

Ang Unang Pangungusap ng Milyonaryong Dasal

Ang unang pangungusap ng Milyonaryong Dasal ay nagtataglay ng tagumpay na nais makamit sa buhay. Ang tagumpay ay base sa angking talento na bigay ng Diyos para magamit sa pagsisilbi sa maraming tao sa mundo.

Ang Pangalawang Pangungusap ng Milyonaryong Dasal

Ang pangalawang pangungusap ng Milyonaryong Dasal ay nagtataglay ng gusto at masayang gawain para magtagumpay gamit ang angking talento. Ang gustong gawin sa buhay at masayang ginagawa ay magbibigay ng inspirasyon para magtagumpay gamit ang angking talento.

Ang Pangatlong Pangungusap ng Milyonaryong Dasal

Ang pangatlong pangungusap ng Milyonaryong Dasal ay nagtataglay ng mapagmahal na layuning pagsilbihan ang buong mundo gamit ang angking talento. Ang taong mapagsisilbihan ay magkakaroon ng masaya, mapagmahal at nagpapasalamat na buhay dahil sa inspirasyong naidulot ng angking talento.

Ang Pang-apat na Pangungusap ng Milyonaryong Dasal

Ang pang-apat na pangungusap ng Milyonaryong Dasal ay nagtataglay ng kayamanan na nais makamit sa buhay sa loob ng limang taon. Ang kayamanang ito ay batay sa numero ng kapanganakan.

Ang Panlimang Pangungusap ng Milyonaryong Dasal

Ang panlimang pangungusap ng Milyonaryong Dasal ay nagtataglay ng kayamanang nakamit at inilalaan na pinagpalang halaga mula sa kabuuang kita para sa mga taong nangangailangan, sa simbahan, at sa nagkakawang-gawa. Ang kayamanang makakamtan ay magiging makabuluhan lang kapag nakakatulong sa ibang tao ayon sa Batas ng Pagbibigay: ang pagbibigay ng 10% bawat kita.

Ang Pang-anim na Pangungusap ng Milyonaryong Dasal

Ang pang-anim na pangungusap ng Milyonaryong Dasal ay nagtataglay ng pagkakaroon ng magandang pangangatawan at pagmamahal sa kapwa. Ang pagkakaroon ng magandang pangangatawan ay importante para maging masaya, mapagmahal at nagpapasalamat sa asawa, anak, magulang at sa lahat ng miyembro ng pamilya.

Ang Pampitong Pangungusap ng Milyonaryong Dasal

Ang pampitong pangungusap ng Milyonaryong Dasal ay nagtataglay ng masaya, mapagmahal at nagpapasalamat na dasal sa buhay pamilya at sa kapaligiran. Ang masaya, mapagmahal at nagpapasalamat na buhay sa pamilya ay magbibigay ng inspirasyon sa buhay bawat oras at araw para magtagumpay at yumaman. Ang pagmamahal sa kapaligiran ay importante para magkaroon ng magandang tanawin, masarap na pagkain, malinis na inumin at magandang buhay.

Ang Pangwalong Pangungusap ng Milyonaryong Dasal

Ang pangwalong pangungusap ng Milyonaryong Dasal ay nagtataglay ng pagpapasalamat sa Diyos dahil sa nakakamtang tagumpay at kayamanan habang naglalakbay. Ang pagpapasalamat sa Diyos sa bawat oras at araw ang tunay na susi ng tagumpay at pagyaman sa mundo.

Ang Halimbawa ng Milyonaryong Dasal

Ang halimbawa ng Milyonaryong Dasal ay ang malaking misyon ko sa mundo na mapagsilbihan ko ang maraming tao sa pamamagitan ng paggawa ng librong "Paano Maging Milyonaryo?" na may masaya, mapagmahal at nagpapasalamat sa lahat ng aspeto ng buhay: emosyonal, intelektwal, ispiritwal, pisikal at materyal gamit ang angking talento ko na pagkakaroon ng matalinong pag-iisip at positibong paniniwala sa buhay.

Ang tagumpay na nais ko ay maging pinakasikat na manunulat sa pamamagitan ng pagbebenta ng pinakamaraming libro tungkol sa pagiging Milyonaryo. Masaya akong magsusulat ng librong "Paano Maging MIlyonaryo?" na makakapagbebenta ng 1 bilyong kopya sa buong mundo at naisalin sa iba't ibang wika. Ang makakabasa ng libro ko ay magkakaroon ng masaya, mapagmahal, at nagpapasalamat sa lahat ng aspeto ng buhay: emosyonal, intelektwal, ispiritwal, pisikal at materyal para maging Milyonaryo.

Ang kayamanan na nais kong makamtan ay 13 bilyong piso sa karaawan ko limang taon mula ngayon sa Enero 13, 2018. Bibigkasin ko ito nang may masaya, mapagmahal, at nagpapasalamat na tinig.

Isulat sa papel ang Milyonaryong dasal, ilagay ang buong pangalan, petsa ng kapanganakan, petsa kung kailan ginawa, lugar ng tirahan, telepono at pirmahan.

1. "Ako ay labis na masaya, mapagmahal at nagpapasalamat ngayon dahil ako ay nagiging pinakasikat na manunulat na may pinakamaraming nabentang libro tungkol sa pagiging Milyonaryo."

2. "Ako ay labis na masaya, mapagmahal at nagpapasalamat ngayon dahil ako ay nagsusulat ng librong "Paano Maging Milyonaryo?" na mabebenta

sa buong mundo na may mahigit 1 bilyong kopya sa maraming wika."

3. "Ako ay labis na masaya, mapagmahal at nagpapasalamat ngayon dahil ako ay mapagmahal na nagsisilbi sa bilyong tao sa buong mundo para ang makakabasa ng libro ay magiging Milyonaryo na may masaya, mapagmahal, at nagpapasalamat sa lahat ng aspeto ng buhay: emosyonal, intelektwal, ispiritwal, pisikal at materyal."

4. "Ako ay labis na masaya, mapagmahal at nagpapasalamat ngayon dahil ako ay nagkakaroon ng 13 bilyong piso o mahigit pa sa Enero 13, 2018."

5. "Ako ay labis na masaya, mapagmahal at nagpapasalamat ngayon dahil ako ay mayroong 13 bilyong piso at ibinabahagi ko sa mga taong nangangailangan, sa simbahan at sa nagkakawang-gawa ang 10% ng aking kita."

6. "Ako ay labis na masaya, mapagmahal at nagpapasalamat ngayon dahil ako ay nagkakaroon perpektong malusog na pangangatawan at nagiging pinakasikat na mapagmahal na asawa, magulang, anak at nakikisama sa lahat ng kapamilya."

7. "Ako ay labis na masaya, mapagmahal at nagpapasalamat ngayon dahil ako ay nabubuhay akong kasama ang pamilya at ang magandang kapaligiran."

8. "Maraming maraming salamat po Diyos ko sa napakagandang paglalakbay tungo sa pagtatagumpay at pagyaman."

Ang Pagbabasa at Pag-iisip ng Milyonaryong Dasal

Ang pagbabasa at pag-iisip ng Milyonaryong Dasal ay nangangailangan ng matinding damdamin na masaya, mapagmahal, at nagpapasalamat sa bawat oras para dumating sa buhay ang mga pinangarap ko. Kailangan na maramdaman at maniwala na nakakamit ko na ang tagumpay at kayamanan habang binabasa at iniisip ko ito para magkatotoo ang pinapangarap ko.

Magkakaroon ako ng iba-ibang damdamin sa loob ng 28 araw habang binabasa at iniisip ko ang mga pangarap na hinahangad dahil nagbabago ang pag-iisip ng isang tao sa bawat makapitong araw. Gayun pa man, magsusumikap ako sa pagdarasal ng Milyonaryong Dasal sa loob ng 28 araw dalawang beses bawat araw: isa pagkagising sa umaga at isa bago matulong sa gabi. Bigkasin ito ng dalawang beses: isa habang binabasa at isa habang nakapikit na may damdaming masaya, mapagmahal at nagpapasalamat.

Sa ganitong paraan ay magkakaroon ako ng positibong paniniwala tungkol sa pagtatagumpay at pagyaman, at awtomatiko na darating ang mga ninanais na pangarap. Ang kailangan na lang gawin ay gumawa ng isang hakbang bawat pagkakataon bilang katumbas ng dasal para makamit ang pangarap na hinahangad.

Ang Pagkakaroon ng Malaking Misyon

Ang pagkakaroon ng malaking misyon sa mundo ay ang gabay para maging magkaayon ang angking talento ko sa lahat ng hakbang na gagawin ko para maging makatuturan ang negosyo. Ang malaking misyon ay batay sa tagumpay na nais mangyari sa Milyonaryong Dasal na ginawa sa unang pangungusap. Dahil dito ay magkakaroon ng direksyon ang buhay ko para malaman ko kung saan ako pupunta, ano ang mga gagawin ko, ano ang mga plano ko, at makakagawa ako ng isang hakbang sa bawat pagkakataon para makamit ang tagumpay at yaman sa mundo.

Ang gagawin ko ay sumulat ng libro araw-araw at mag-isip bawat oras ng mga magagandang bagay tungkol sa pagtatagumpay at pagyaman kasama ang mga taong nakakahalubilo ko. Ang librong ito ay ginawa ko noong nasa barko ako. Pagkatapos ng 8 oras na pagtatrabaho ay ginagawa kong libangan ang pagsusulat ng libro at pag-iisip ng mga bagay na maganda sa pamamagitan ng mga kwento ng kasama ko sa barko, mga magagandang karanasan ko kapag nasa Pilipinas at ibang bansa, mga ginawa kong pagsusumikap, mga ginawa kong pagpupursigi sa buhay, mga librong nabasa ko tungkol sa pagtatagumpay at pagyaman, mga taong matagumpay at mayayaman na naging inspirasyon ko, mga napanood kong pelikula na may magandang halimbawa, mga minamahal ko sa buhay, at mga ginawa kong hakbang sa bawat pagkakataon. Ang lahat ay nagsisimula sa isang maliit na hakbang para magtagumpay at yumaman gamit ang angking talento.

Pagsusulat ng Malaking Misyon sa Business Card

Ang pagsusulat ng malaking misyon sa *business card* ay magpapaalaala sa akin na kailangang matupad ang tagumpay na nais kong makamit sa buhay. Sa pamamagitan ng pagsusulat ng unang pangungusap ng Miyonaryong Dasal sa likod ng *business card*, maipapaalaala sa akin na ang tunay na dahilan kaya ako nabuhay ay para mapagsilbihan ang maraming tao sa buong mundo gamit ang angking talento ko.

Pagsasabi at Pag-inom sa Malinis na Tubig ng Malaking Misyon

Ang palagiang paglalagay at pagsasabi ng malaking misyon sa tubig at pag-inom ng malinis na tubig na nagtataglay ng malaking misyon ko ay magiging daan para makamit ang mga pangarap na ninanais ko. Ang tubig ay may memorya; kapag sinabi ko ang malaking misyon ko sa tubig, mapupunta ito sa memorya ng tubig. Kapag ininom ko ang malinis na tubig na nagtataglay ng aking malaking misyon, mapupunta ito sa aking sistema at damdamin. Ang tubig ay lalabas sa katawan ko at magsisimulang maglalakbay sa ibang lugar at sa ibang bansa dahil malaking bahagi ng mundo ay binubuo tubig. Ang mga taong kailangan ko para mabuo ang malaking misyon ko ay magsisimulang lumapit sa akin para matupad ko ang mga pinapangarap ko.

Sanggunian: Teorya ng Hapon na manunulat na si Masaru Emoto

Pagsusulat ng 1 Milyong Piso sa Blangkong Tseke

Ang pagsusulat ng halagang 1 milyong piso sa blangkong tseke, paglalagay ng buong pangalan at petsa kung kailan ginawa ang pagdarasal ay magpapaalala na isa na akong mayamang tao dahil iniisip ko na kumikita na ako ng 1 milyong piso bawat buwan dahil sa nakikita kong tseke sa pitaka. Sa ganitong paraan ay magkakaroon ako ng positibong pag-iisip para makamit ko ang kayamanang nais at magsisimula akong gumawa ng mga hakbang para makamit ang tagumpay.

Pagkakaroon ng 1 Milyong Pisong Halaga sa Papel

Ang pagkakaroon ng 1 milyong pisong halaga sa papel ay magpapaalala sa akin na isa na akong mayamang tao dahil iniisip ko na laging may 1 milyon piso sa aking pitaka. Sa ganitong paraan ay magkakaroon ako ng positibong pag-iisip para makamit ang kayamanan na nais ko.

Ang Pagkakaroon ng Malikhaing Angking Talento

Ang pagkakaroon ng malikhaing angking talento ay mapapalabas ko kung mayroon akong inspirasyon, pagmamahal, magiging sikat ako, palagi akong kumakanta, nakikipag-kaibigan sa iba, nakikipag-tulungan, may pinagdaanang ng matinding karanasan at nagdarasal. Kailangang lahat ng mga ito ay maranasan at maramdam ko para magkaroon ako ng malikhaing angking talento na magiging gabay ko sa pagsusulat ng librong ito. Nagkaroon ako ng matinding inspirasyon sa buhay tulad nina Robert Kiyosaki, John Calub at Napoleon Hill bago ko pa nasimulan ang paggawa ng librong ito. Nagkaroon ako ng matinding pagmamahal sa asawa, mga anak at sa Diyos. Nagkaroon ako ng malaking misyon na maging pinakasikat na manunulat na may pinakamaraming nabentang libro tungkol sa pagtatagumpay at pagyaman. Palagi akong umaawit ng magandang salita at nakikinig sa tunog ng kalikasan at mga tugtuging instrumental para maging maganda ang ginagawang libro.

Nagkaroon ako ng mga kaibigan at kasamahan para makatulong sa pagkumpleto sa librong ito dahil sa mga kwento at paalala nila. Nagkaroon ako ng pag-iisip na tulungan o pagsilbihan ang lahat ng taong nakakahalubilo ko para maging masaya din sila. Nagkaroon ako ng matinding karanasan na hindi makamit ng asawa ko ang magagandang bagay na nais niya dahil hindi marami ang aming kinikita. Nakagawa ako ng Milyonaryong Dasal na kailangang dasalin araw-araw para makatulong sa maraming tao na magkatotoo ang bawat ipinapanalangin nila. Ang lahat ng ito ang nagpalabas ng angking talento ko sa pagsusulat dahil sa mga nararamdaman ko at karunungang pinagkaloob sa akin ng Diyos.

Pagbati ng Maganda Umaga

Nakasanayan ko nang bumati palagi sa lahat ng nakakahalubilo ko ng *"Magandang umaga"* sa lahat ng oras: mapa-umaga man, hapon o gabi. Ang pagbati ng magandang umaga ay nagbibigay-sigla sa lahat ng taong makakarinig nito dahil naiisip nilang umaga pa kaya nararapat na maging masigla ang pag-iisip.

Pagbati ng Magandang Pananalita sa Kasamahan

Nakasanayan ko ang pagsasabi ng magagandang pananalita o pagpuri sa mga kasamahan ko sa bahay, trabaho, kakilala at nakakahalubilo kong tao. Sa ganitong paraan ay nakakatulong ako sa ibang tao para maging maganda ang kanilang pakiramdam dahil sa magandang pananalita na narinig nila. Maaalaala ako sa mundo dahil sa mga nagawa kong mabuti sa maraming tao sa pamamagitan ng pagbati nang may magandang pananalita.

Pagkanta ng Nakakaantig na Kanta

Nakasanayan ko ng kumanta nang may masiglang damdamin dahil kapag kumakanta ako ay napapalabas ko ang angking talento ko at sumisigla ang katawan ko dahil sa mga nakakaantig na kanta.

Pagkakaroon ng Eksaktong Berdeng Pangarap na Laging Nakikita

Ang pagkakaroon ng eksaktong berdeng pangarap na lagi kong nakikita ay nangangahulugan na lagi kong nakikita ang eksaktong tagumpay at yaman na nais kong makamit sa buhay. Sa pangalawang hakbang na Milyonaryong pangarap ay nabanggit kong importante ang pagkakaroon ng mga litrato na ninanais na pangarap sa lahat ng aspeto ng buhay: emosyonal, intelektwal, ispiritwal, pisikal at materyal. Gupitin ang mga litrato ng pangarap, idikit sa berdeng kartolina at ilagay sa pader o kisame para laging nakikita ang mga ninanais na mga eksaktong pangarap.

Ang eksaktong berdeng pangarap ay magbibigay ng direksyon sa buhay ko para magkaroon ako ng inspirasyon, pagsumikapan kong ituloy ang simpleng negosyo, at magpursigi akong palawakin ang malaking negosyo sa buong mundo. Napaka-importante na eksakto ang pangarap ko sa buhay para ito ay magkatotoo.

Pagpapalitrato Kasama ang mga Eksaktong Berdeng Pangarap

Ang pagpapalitrato kasama ang mga eksaktong berdeng pangarap sa buhay ay magbibigay sigla sa aking pag-iisip para makita nang personal ang nais kong na makamit sa buhay at mapag-igting ang masayang damdamin dahil naranasan ko na ang pakiramdam na maidudulot sa akin kapag nakamit ko ang eksaktong berdeng pangarap sa buhay.

Magpapalitrato ako kasama ang minamahal sa buhay sa eksaktong bahay na ninanais kong makamit, eksaktong sasakyan na ninanais, eksaktong negosyo na ninanais, eksaktong tagumpay na ninanais, eksaktong kayamanan na ninanais at eksaktong gamit na ninanais.

Kapag may litrato na ako kasama ang mga eksaktong berdeng pangarap at lagi ko itong tinitingnan araw-araw, gagawa ng paraan ang Batas ng Paglapit para lumapit sa akin ang lahat ng eksaktong berdeng pangarap ko sa buhay dahil kung ano ang nasa isip ko ay iyun ang lumalapit. Kailangan lang ay laging nararamdaman ko na ako ay masaya, mapagmahal, at nagpapasalamat sa lahat ng aspeto ng aking buhay: emosyonal, intelektwal, ispiritwal, pisikal at materyal para lahat ng naiisip ko ay magkatotoo. Gagawin ko ang pagpapalitrato sa loob ng 28 araw.

Pagsusulat ng Pasasalamat sa Diyos Araw-Araw

Ang pagsusulat ng pasasalamat sa Diyos araw-araw ay magandang gawain para mabilis na lumapit sa akin ang mga eksaktong berdeng pangarap. Ang taong matagumpay at mayaman ay laging nagpapasalamat sa buhay. Araw-araw akong magsusulat ng walong pasasalamat sa lahat ng mga magagandang nangyari sa akin sa buong araw sa berdeng *notebook* gamit ang berdeng *ballpen*. Isusulat ko rin ang mga walong eksaktong berdeng pangarap na nais kong makamit sa berdeng notebook para tanggapin at damhin ko nang buong-puso na hawak-hawak na, binabiyahe na, tinitirhan na at ginagamit ko na ang mga eksaktong berdeng pangarap na ninanais sa lahat ng aspeto ng aking buhay: emosyonal, intelektwal, ispiritwal, pisikal at materyal.

Pagbibigay sa mga Taong Nangangailangan, Simbahan at Nagkakawang-gawa

Ang pagbibigay sa mga taong nangangailangan, sa simbahan, at sa nagkakawang-gawa ay napakaimportanteng gawain para makamit ang tagumpay at kayamanan. Ang pagbibigay ng 10% mula sa kita sa mga taong nangangailangan tulad ng malapit na pamilya, mga nakatira sa kalye, sa simbahan, at sa nagkakawang-gawa ay sumasalamin ng tunay na tagumpay at yaman sa mundo dahil ang kayamanan ay mas makabuluhan kapag nakakatulong sa iba. Ang taong mapagbigay ay nabibiyayaan, dumarami ang yaman at bumabalik ito sa tao sa iba't ibang paraan: pagtaas ng posisyon, pagdami ng tumatangkilik sa negosyo, pagdami ng mamimili at pagganda ng malusog na katawan. Ang gawaing ito ay ayon sa Batas ng Pagbibigay.

Pagbabasa ng Libro ng mga Matagumpay at Mayaman na Tao

Ang pagbabasa ng libro ng mga matatagumpay at mayayaman na tao araw-araw ay napakaimportanteng pag-uugali para magkaroon ng matinding inspirasyon para makamit ang mga eksaktong berdeng pangarap sa buhay.

Sa pamamagitan ng pagbabasa ng mga libro ng mga matatagumpay at mayayaman na tao ay magsisimula na akong mamuhay gamit ang tamang pag-uugali sa bawat oras at araw. Makakasanayan kong dalhin palagi ang librong ito para maging gabay sa positibong paglalakbay tungo sa tagumpay at kayamanan sa mundo. Makikinig ako sa tunog ng kalikasan o musikang instrumental habang nagbabasa.

Pagkain sa Pinakamasarap na Restaurant

Ang pagkain ko ng pinakamasarap na pagkain sa *restaurant* na gusto ko ay kailangan para maramdaman ko na isa na akong tunay na mayaman dahil nakakain ako ng anumang nais kong kainin. Sa ganitong paraan ay masasabi ko sa sarili na madali lang palang maging mayaman dahil kaya kong kumain sa mga kinakainan ng mga mayayaman at mararamdaman ko na kayang-kaya kong makamit ang lahat ng bagay na ninanais ko.

Magbibigay din ako ng 20% tip para sa nagsilbi ng pagkain sa akin bilang pasasalamat sa magandang serbisyo na ibinigay nito para makakain ako ng masarap na pagkain. Ang 20% tip na ibibigay ko sa nagsilbi o *waiter* ng *restaurant* ay base sa kabuuang halaga ng pagkaing kinain ko. Ayon sa Batas ng Pagbibigay, sa pamamagitan ng pagbibigay ko ng 20% tip ay madodoble ang kinikita ko sa trabaho o negosyo. Gawin ang pagkain sa pinakamasarap na *restaurant* isang beses sa loob ng 28 araw.

Pagsusumikap na Ituloy ang Malaking Misyon

Ang pagsusumikap ko na ituloy ang malaking misyon sa buhay ay susi para magtagumpay at yumaman ako gamit ang angking talento na kaloob sa akin ng Diyos. Ang patuloy na pagsusumikap ay napakaimportanteng pag-uugali ng lahat ng magiging masaya, mapagmahal at nagpapasalamat na Milyonaryo sa lahat ng aspeto: emosyonal, intelektwal, ispiritwal, pisikal at materyal.

Pagpupursigi na Palawakin ang Malaking Misyon

Ang pagpupursigi ko na palawakin ang malaking misyon ay magiging susi para makamtan ko ang tagumpay at kayamanan sa mundo. Ang malaking misyon na ito ay naglalayong mapagsilbihan ang maraming tao. Ang araw-araw na pagdarasal ng Milyonaryong Dasal at pagtingin sa eksaktong berdeng pangarap ay magiging susi para makilala ko ang mga taong tutulong sa akin para mapalawak ko ang negosyo. Mapagsasama-sama ko ang mga taong may iisang layunin para makagawa ng malikhaing produkto at kakaibang serbisyo para maibahagi ang negosyo sa buong mundo.

Pagbuo ng Malikhaing Pag-iisip Kasama ang Grupo

Ang pakikipagkaibigan at pagbuo ko ng magandang samahan sa mga taong may kaparehong layunin gaya ng sa akin ay siyang magiging daan para makabuo kami ng grupo. Ang grupong ito ay makakabuo ng mga kakaibang produkto at serbisyo ayon sa aming pangkalahatang desisyon. Kami ay magtutulungan para makamit ang tagumpay at kayamanan sa mundo at may kani-kaniyang papel kaming gagampanan sa grupo: may namamahala ng negosyo, may tagahawak-yaman, may tagapagpalawak ng negosyo at may tagabili ng produkto o serbisyong kailangan para mapaunlad ang negosyo. Sa ganitong paraan, hindi lang iisang tao ang uunlad; sabay-sabay ang magiging pag-unlad ng bawat miyembro ng grupo kasama ang mga mahal namin sa buhay sa pamamagitan ng sabay-sabay na pagpupursigi naming mapalawak ang negosyo sa buong mundo.

ANG MILYONARYONG GAWAIN

Ang pangwalong hakbang para maging Milyonaryo ay ang pagkakaroon ng Milyonaryo gawain. Ang mga gawaing ito ay ang: pagkakaroon ng malaking misyon sa buhay, paggawa ng sariling Milyonaryong Dasal, pagdarasal sa loob ng sunud-sunod na 28 araw, pagsusulat ng malaking misyon sa *business card,* pagsasabi ng malaking misyon sa tubig at paginom ng malinis na tubig na naglalaman ng aking malaking misyon, pagkakaroon ng 1 milyong pisong tseke at halagang papel, pagkakaroon ng malikhaing angking talento, pagbati ng *"Magandang umaga"*, pagbati nang may magandang pananalita, pagkanta ng nakakaantig na awitin, pagkakaroon ng eksaktong berdeng pangarap na laging nakikita, pagpapalitrato kasama ang eksaktong berdeng pangarap, pagsusulat ng pasasalamat araw-araw, pagbibigay sa mga taong nangangailangan, sa simbahan at sa nagkakawang-gawa, pagbabasa ng libro ng mga matatagumpay at mayayaman na tao, pagkain sa pinakamasarap na *restaurant* at pagbibigay ng 20% tip sa nagsisilbi, pagsisikap na ituloy ang malaking misyon, pagpupursigi na palawakin ang malaking misyon at pagbuo ng malikhaing pag-iisip kasama ang grupo. Ang paggawa ko ng lahat ng Milyonaryong gawain ay katiyakan para ako ay maging masaya, mapagmahal at nagpapasalamat na Milyonaro sa lahat ng aspeto ng aking buhay: emosyonal, intelektwal, ispiritwal, pisikal at materyal.

PAGSASANAY

Gumawa ng sariling Milyonaryong Dasal:
1. Ano ang nilalaman ng unang pangungusap ng sariling Milyonaryong Dasal?

2. Ano ang nilalaman ng pangalawang pangungusap ng sariling Milyonaryong Dasal?

3. Ano ang nilalaman ng pangatlong pangungusap ng sariling Milyonaryong Dasal?

4. Ano ang nilalaman ng pang-apat na pangungusap ng sariling Milyonaryong Dasal?

5. Ano ang nilalaman ng panlimang pangungusap ng sariling Milyonaryong Dasal?

6. Ano ang nilalaman ng pang-anim na pangungusap ng sariling Milyonaryong Dasal?

7. Ano ang nilalaman ng pampitong pangungusap ng sariling Milyonaryong Dasal?

8. Ano ang nilalaman ng pangwalong pangungusap ng sariling Milyonaryong Dasal?

Gawin sa loob ng 28 araw ang mga sumusunod:
1. Pagdarasal sa sunod-sunod na 28 araw gamit ang Milyonaryong Dasal.

2. Pagdarasal pagkagising sa umaga sa loob ng 28 minuto.

3. Pagdarasal bago matulog sa gabi sa loob ng 28 minuto.

4. Pagbibigkas ng Milyonaryong Dasal habang binabasa ito nang may damdaming masaya, mapagmahal at nagpapasalamat na tinig.

5. Pagbibigkas ng Milyonaryong Dasal habang nakapikit na may damdaming masaya, mapagmahal at nagpapasalamat na tinig.

6. Pagsulat ng malaking misyon sa *business card*.

7. Pagsulat ng malaking misyon sa bote ng malinis na tubig.

8. Pag-inom sa bote ng malinis na tubig na may malaking misyon.

9. Pagsulat ng 1 milyong piso sa blangkong tseke.

10. Pagkakaroon ng 1 milyong pisong halaga sa papel.

11. Pagbati ng "Magandang umaga" sa lahat ng tao.

12. Pagbati nang may magandang pananalita sa kasamahan.

13. Pag-awit ng mga nakakaantig na awitin.

14. Pagdidikit ng mga eksaktong berdeng pangarap sa berdeng kartolina.

15. Pagpapalitrato kasama ang mga eksaktong berdeng pangarap.

16. Pagsusulat ng pasasalamat sa berdeng notebook.

17. Pagbibigay sa mga taong nangangailangan.

18. Pagbibigay sa simbahan.

19. Pagbibigay sa nagkakawang-gawa.

20. Pagbabasa ng libro ng mga matatagumpay na tao.

21. Pagbabasa ng libro ng mga mayayaman na tao.

22. Pakikinig sa mga tunog ng kalikasan o musikang instrumental habang nagbabasa.

23. Pagkain sa pinakamasarap na *restaurant*.

24. Pagbibigay ng 20% tip sa nagsilbi sa *restaurant*.

25. Pagsisikap na ipagpatuloy ang malaking misyon.

26. Pagpursigi na palawakin ang malaking misyon.

27. Pagbuo ng malikhaing pag-iisip kasama ang grupo.

28. Pagsunod sa Milyonaryong gawain.

PAGLALAKBAY
MAGING MILYONARYO NGAYON

KASABIHAN

"Anumang pangarap, kung ipagdarasal, paniniwalaan at tatanggapin nang buong-puso, at gagamitin ang angking talento sa katuparan nito, ay magaganap."

KAHULUGAN

PAGDARASAL
Pananampalataya: paniniwala sa Diyos.

KARUNUNGAN

Ang Pagdarasal

Ang pagdarasal ay ang pinakaimportanteng gawain sa lahat ng mga madadaling hakbang na nakasulat sa librong ito para makamit ang hinahangad na maging masaya, mapagmahal at nagpapasalamat na Milyonaryo sa lahat ng aspeto ng buhay: emosyonal, intelektwal, ispiritwal, pisikal at materyal. Sa pamamagitan ng paulit-ulit na pagdarasal ay nagkakaroon ako ng pananampalataya na magagawa ko lahat ng pinangarap ko habang binibigkas ko ang aking dasal nang may masaya, mapagmahal at nagpapasalamat na tinig. Ang pagkakaroon ng pananampalataya ay magbibigay sa akin ng inspirasyon para makamit ko ang lahat ng hinahangad ng aking puso dahil naniniwala ako na lahat ay posible at kayang gawin. Sa ganitong paraan ay makakagawa ako ng maliliit na hakbang sa bawat pagkakataon para magampanan ko ang malaking misyon ko sa buhay na makapagsilbi sa maraming tao sa mundo.

Ipagdasal ang Walong Madadaling Hakbang para Maging Milyonaryo

Ang paglalakbay gamit ang walong madadaling hakbang para maging Milyonaryo ay nagsisimula sa unang hakbang na pagkakaroon ng positibong pag-iisip para malaman ang angking talento. Importante rin ang pagkakaroon ng eksaktong pangarap para magkatotoo ito, na siyang pangalawang hakbang para maging Milyonaryo. Ang pangatlong hakbang naman ay ang pagsunod sa mga batas para magtagumpay at yumaman. Mas magiging ganap at makabuluhan ang pagyaman kung gagamitin ito para tumulong sa ibang tao, na siya naming pang-apat na hakbang para maging Milyonaryo. Ang panlimang hakbang ay ang tamang paghawak ng kinikita sa trabaho. Ang pang-anim na hakbang ay ang pamumuhunan sa iba't ibang negosyo para mas mapalago ang kaalaman at kayamanan, habang ang pampitong hakbang naman sa pagiging Milyonaryo ay ang pagsisimula ng maliit na negosyong ninanais gamit ang angking talento. Ang pangwalong hakbang ay ang paggawa ng madadaling gawain ng sunud-sunod na 28 araw para maging masaya, mapagmahal at nagpapasalamat na Milyonaryo sa lahat ng aspeto ng buhay: emosyonal, intelektwal, ispiritwal, pisikal at materyal.

Paggawa ng Maliliit na Hakbang sa Bawat Pagkakataon

Ang paggawa ng maliliit na hakbang sa bawat pagkakataon ay importante para makamit ang pangarap na ninanais dahil ang pagtatagumpay at pagyaman ay nagsisimula sa maliit na bagay. Sa pamamagitan ng maliliit na hakbang ay makakagawa ako ng isang bagay na magiging daan para unti-unti kong makakamit ang tagumpay at yaman na hinahangad ko.

Maging Milyonaryo Ngayon

Ang maging masaya, mapagmahal at nagpapasalamat na Milyonaryo sa lahat ng aspeto ng buhay: emosyonal, intelektwal, ispiritwal, pisikal at materyal ay nagsisimula ngayon sa pamamagitan ng mga karunungan na nalaman ko na magagamit ko sa pang-araw-araw na gawain para makamit ko ang tagumpay at yaman na ninanais. Magkakaroon ako ng positibong pag-iisip, gagawa ako ng maliliit na hakbang sa bawat pagkakataon, magsusumikap ako na ipagpatuloy ang nasimulang maliit na hakbang at magpupursigi ako na palawakin ang mga hakbang na ito hanggang sa makamit ko ang tagumpay at kayamanan na nais ko.

Ang mga Matatagumpay at Mayayamang Tao sa Buong Mundo

Ang mga matatagumpay at mayayamang tao sa buong mundo ang naging inspirasyon ko para mabuo ang librong ito. Naniniwala ako na sila ang mga gumawa ng maliliit na hakbang sa bawat oras at araw para matupad ang pangarap nilang tagumpay at kayamanan sa buhay.

Tulad ni Thomas Edison na nakalikha ng bumbilya para maging maliwanag ang bawat tahanan; ng magkapatid na Wilbur at Orville Wright ng naka-imbento ng eroplano para makalipad at mabilis na makarating ang tao sa malalayong lugar; ni Alexander Graham Bell na lumikha ng telepono para makapag-usap ang dalawang taong nasa malayong lugar; ni Henry Ford na gumawa ng sasakyang panlupa gamit ang makina para mapabilis ang pagbibiyahe sa malayong lugar; ni Bill Gates na gumawa ng Microsoft para maging madali ang pagnenegosyo gamit ang computer; ni Dr. Jose Rizal na nagsulat ng mga librong "Noli Me Tangere" at "El

Filibusterismo" para mabuksan ang isip ng mga Pilipino at magkaroon ng malayang bansa; ni Socorro Ramos na nagtatag ng National Book Store para maraming Pilipino ang makapagbasa ng libro; ni Henry Sy na nagpatayo ng SM Malls para makapagbigay ng trabaho sa maraming Pilipino; ni Edgar Sia ng Mang Inasal para makapagsilbi ng masarap na inihaw na manok; ni Bo Sanchez na nagpasimula ng The Feast para maipalaganap ng magandang balita ng Diyos; ni Napoleon Hill na sumulat ng librong "Think and Grow Rich" para mapabilis ang pagtupad ng mga eksaktong pangarap ng mga tao; ni Robert Kiyosaki na sumulat ng librong "Rich Dad, Poor Dad" para mapabilis ang pagyaman ng mga tao sa buong mundo; ni John Calub na nagtuturo ng mga gawain para mapabilis ang pagtatagumpay ng tao sa Pilipinas; Ako ay sumulat ng librong "Paano Maging Milyonaryo?" para mapabilis ang pagtupad ng mga eksaktong pangarap, eksaktong tagumpay at eksaktong kayamanan ng mga tao sa buong mundo.

Ang Dalawang Talata na Nagpapatunay ng Katotohanan

May dalawang talata sa Bibliya na nagpapatunay na ang mga nakasulat sa librong ito ay makatotohanan.

Ang unang talata ay ang nakasulat sa Genesis 1:26: "At sinabi ng Diyos, gumawa tayo ng tao na kahawig at kawangis natin: sila ay magkakaroon ng kapangyarihan sa lahat ng nilalang at bagay na namumuhay sa mundo." Nangangahulugan ito na ang bawat tao ay makapangyarihan sa sariling angking talento.

Ang pangalawang talata ay ang nakasulat sa Mateo 21:22 "At lahat ng bagay, anumang hilingin mo sa pamamagitan ng dasal at pananampalataya ay siyang ibibigay sa iyo." Nangangahulugan ito na anumang pangarap ay matutupad kung ipagdarasal at paniniwalaan ito nang buong-puso.

Magdesisyon Ngayon

Ang pagdedesisyon ngayon ay mahalaga para makagawa ng isang hakbang bawat oras at araw para matupad ang pinapangarap na maging masaya, mapagmahal at nagpapasalamat na Milyonaryo sa lahat ng aspeto ng buhay: emosyonal, intelektwal, ispiritwal, pisikal at materyal. Ako ay buong-pusong nagdedesisyon na gagawin ko ang bawat hakbang na nakasaad dito dahil ito ang mabilis na paraan para matupad ko ang mga eksaktong pangarap gamit ang sariling angking talento. Nagdedesisyon din ako na laging sasabihin sa araw at sa gabi na "Ako ay labis na masaya, mapagmahal at nagpapasalamat ngayon dahil ako ay nagiging Milyonaryo."

Hayaang Dumating ang mga Eksaktong Pangarap

Hayaang dumating ang mga eksaktong pangarap sa pamamagitan ng paggamit ng walong madadaling hakbang para maging masaya, mapagmahal at nagpapasalamat na Milyonaryo sa lahat ng aspeto ng buhay: emosyonal, intelektwal, ispiritwal, pisikal at materyal sa pang-araw-araw na buhay. Gamitin ang sariling angking talento sa pagsisilbi sa maraming tao para makamit ang eksaktong tagumpay at saka pa lang makakamtan ang eksaktong kayamanan sa mundo. Ang bawat tao ay makapangyarihan sa sariling angking talento kaya magagawa nito ang lahat ng bagay ayon sa sariling kagustuhan para magtagumpay, yumaman at makapagsilbi sa maraming tao sa buong mundo na siyang dahilan kung bakit nabuhay ang bawat tao.

ENGR. RICH MAGPANTAY

PAMBANSANG AWIT NG PILIPINAS

Lupang Hinirang
Naglapat: Julian Felipe at Jose Palma

Bayang magiliw,
Perlas ng Silanganan
Alab ng puso,
Sa Dibdib mo'y buhay.

Lupang Hinirang,
Duyan ka ng magiting,
Sa manlulupig,
Di ka pasisiil.

Sa dagat at bundok,
Sa simoy at sa langit mong bughaw,
May dilag ang tula,
At awit sa paglayang minamahal.

Ang kislap ng watawat mo'y
Tagumpay na nagniningning,
Ang bituin at araw niya,
Kailan pa ma'y di magdidilim,

Lupa ng araw ng luwalhati't pagsinta,
Buhay ay langit sa piling mo,
Aming ligaya na pag may mang-aapi,
Ang mamatay ng dahil sa iyo.

AWITING INSPIRASYON

Pinoy Ako
Naglapat: Orange & Lemons

Lahat tayo'y mayroong pagkakaiba
sa tingin pa lang ay makikita na
Iba't ibang kagustuhan isang patutunguhan
Gabay at pagmamahal ang hanap mo
Magbibigay ng halaga sa iyo
Nais mong ipakilala kung sino ka man talaga

Chorus:
Pinoy ikaw ay Pinoy
Ipakita sa Mundo
Kung ano ang kaya mo
Ibang-iba ang Pinoy
Wag kang matatakot
Ipagmalaki mo
Pinoy ako Pinoy tayo

Pakita mo ang tunay at kung sino ka
Mayro'n mang masama at maganda
Wala naman perpekto basta magpakatotoo oohh...
Gabay at pagmamahal ang hanap mo
Magbibigay ng halaga sa iyo
Nais mong ipakilala kung sino ka man talaga

Talagang ganyan ang buhay
Dapat ka nang masanay
Wala rin mangyayari kung laging nakikibagay
Ipakilala ang iyong sarili ano man sa iyo ay mangyayari
Ang lagi mong iisipin
Kayang kayang gawin

NAGPAPASALAMAT NA PAHINTULOT

May pahintulot ka na ibahagi ang Milyonaryong Libro ito sa dalawang (2) tao na mahal mo at malapit sayo.

Kung ang Milyonaryong Libro na ito na iyong nabasa ay napakahalaga at nakatulong para matupad ang iyong mga eksaktong pangarap, humihingi kami ng Mapagmahal na Donasyon mo na kahit Isang Piso **(PHP 1)** *o Isang Amerikanong Dolyar* **(USD 1)** *para maipagpatuloy naming ang pagtulong sa bilyong tao sa buong mundo para mamuhay ng maayos at masaya na buhay.*

Ipadala ang iyong **Mapagmahal na Donasyon** *sa:*

Peso Account
Bank/Branch: Bank of Philippine Islands / Santa Rosa
Account Name: Arjay Magpantay
Account Number: 8519-3833-07

o sa

Dollar Account
Bank/Branch: Philippine National Bank / Santa Rosa
Account Name: Arjay Magpantay
Account Number: 4923-1390-0015

Maraming maraming salamat sa pagiging matulungin. Hayaang dumating ang iyong mga eksaktong pangarap. Nais ng Diyos na maging masaya ka.

TAGUMPAY NA TALATA

"Dahil sa pagpapatuloy ni J.K. Rowling kahit na hindi tinanggap ng mga naglalathala ng ilang taon, nagkaroon ng HARRY POTTER.

Dahil sa pagpapatuloy ni Howard Schultz kahit na hindi pinautang ng bangko ng 242 beses, nagkaroon ng STARBUCKS.

Dahil sa pagpapatuloy ni Walt Disney kahit na hindi maayos ng 302 beses ang naisip na pasyalan, nagkaroon ng DISNEYLAND.

Dahil sa pagpapatuloy ni Colonel Sanders kahit na ang kanyang resipe ng manok ay 1009 beses na hindi tinanggap ng mga tindahan, nagkaroon ng KENTUCKY FRIED CHICKEN.

Dahil sa pagpapatuloy ni Sylvester Stallone kahit na ang kanyang sinulat na pelikula ay 1500 beses na hindi tinanggap ng mga prodyuser, nagkaroon ng ROCKY.

Ito lang ang palagi mong tandaan:

Sa patuloy na pagsisikap mo
Ang siyang magbibigay sayo ng tagumpay.

Ipagpatuloy mo lang at maniwala ka na kaya mo."

-RICHMIND

PAMUMUHUNANG GABAY

MATAGUMPAY NA MGA LIBRO

- *Think and Grow Rich* by Napoleon Hill
- *The Master-Key to Riches* by Napoleon Hill
- *Law of Success* by Napoleon Hill
- *Rich Dad, Poor Dad* by Robert Kiyosaki with Sharon Lecter
- *Rich Dad's Cashflow Quadrant* by Robert Kiyosaki
- *Rich Dad's Retire Rich Retire Young* by Robert Kiyosaki
- *How to Become a Millionaire?* by Engr. Rich Magpantay
- *Paano Maging Milyonaryo?* by Engr. Rich Magpantay
- *8 Secrets of the Truly Rich* by Bo Sanchez
- *8 Secrets of Happy Millionaire* by Bo Sanchez
- *How To Do The Impossible* by Bo Sanchez
- *Stop Hidden Addictions* by Bo Sanchez
- *My Maid Invest in the Stock Market* by Bo Sanchez
- *The Master Key System* by Charles Haanel
- *The Science of Getting Rich* by Wallace Wattles
- *The Success Principles* by Jack Canfield with Janet Switzer
- *The 100 Absolutely Unbreakable Laws of Business Success* by Brian Tracy
- *Maximum Achievement* by Brian Tracy
- *The Millionaire Next Door* by Thomas Stanley & William Danko
- *Secrets of the Millionaire Mind* of T. Harv Eker
- *10 Secrets for Success and Inner Peace* by Dr. Wayne Dyer
- *Who Moved My Cheese?* by Dr. Spencer Johnson
- *Awaken the Giant Within* by Anthony Robbins
- *Winning with People* by John Maxwell
- *My Philosophy for Successful Living* by Jim Rohn
- *The 7 Habits of Highly Effective People* by Stephen Covey
- *You Were Born Rich* by Bob Proctor
- *The Secret* by Rhonda Byrne
- *The Magic* by Rhonda Byrne
- *The E-Myth Revisited* by Michael Gerber
- *Born to Win* by Zig Ziglar
- *The One Minute Manager* by Kenneth Blanchard
- *The Time Keeper* by Mitch Albom
- *As a Man Thinketh* by James Allen
- *Outliers* by Malcolm Gladwell
- *The Power of Positive Thinking* by Norman Vincent Peale
- *How to Win Friends and Influence People* by Dale Carnegie
- *The Most Important Minute* by Ken Dunn
- *The Success System That Never Fails* by W. Clement Stone

- *The Essays of Warren Buffet* by Warren Buffet
- *The Joy in Loving* by Mother Teresa
- *The Holy Bible*
- *The Great Learning* by Confucious
- *The Sayings of Buddha*
- *The Holy Qur'an*
- *Go Negosyo 55 Inspiring Stories of Women Entrepreneurs* by Joey Concepcion
- *Investing in the Stock Market Today* by COL Financial Inc
- *8 Simple Tips for Young Entrepreneurs* by John Rodica
- *Glimpse to Enlightenment* by Sherwin Sobrepena
- *Pinoy MLM Expose* by Eduard Reformina
- *Money and Me* by Sha Nacino
- *I Ordered My Future Yesterday* by Julie Cox
- *Till Debt Do Us Part* by Chinkee Tan
- *Think Rich Pinoy* by Larry Gamboa
- *Wealth Within Your Reach* by Francisco Colayco
- *Negosyong Patok* by Ma. Aurora Sicat
- *Paano Mapasasaya si Misis?* By Dr. William Orr

PAGSASANAY SA PINANSYAL

- *How to Become a Millionaire* by Engr. Rich Magpantay
- *How to Make Millions in the Stock Market* by Bo Sanchez
- *How to Make Your Passion Your Profession* by Sha Nacino
- *How to Be a Best Selling Author* by Jay Mclean
- *How to Become a Money Magnet* by John Calub
- *How to Unleash the Power Within* of Team Pinoy Wave
- *Train the Trainors* of G-Cell Support System
- *Universal Success Boot Camp* by Gelyn Valenzuela
- *Stock Market Technical Analysis* of COL Financial Inc
- *Comprehensive Approach in Real Estate Selling* of Driven Marketing Group, Inc
- *Financial Literacy* of Seafarers Entrustment Association
- *Training Course for Instructors* of National Maritime Polytechnic
- *Pre-need Plan Training* of Saint Peter Life Plans
- *Memorial Lot Selling Training* of Eternal Gardens
- *Traditional and Variable Insurance Training* of Manulife

KUMPANYA NG MGA NETWORK MARKETING

- Royale Business Club
- Goldlife
- JC Premiere
- UNO
- First Vita Plus
- VMobile Technologies
- Telepreneur Corporation
- JM Ocean Avenue
- Forever Living Products
- Usana
- Mary Kay
- Lifestyles Asia
- SWA
- AVON Cosmetics
- Dynapharm International
- Global Fusion
- Global Wealth Trade
- MonaVie
- Green Barley
- Direct Shopping
- Ever Bilena Cosmetics
- 4Life Research
- GNLD International
- Nikken Philippines
- QNet
- Sophie Paris
- Sundance
- Symmetry Global
- Tupperware Brands
- i-FERN
- Sante Barley
- The Filipino Dream
- AIM Global
- My Jinga Juice
- 1BRO
- Frontrow
- Organo Gold
- Amway
- Nu Skin
- Herbalife
- Max International
- GPRS
- Personal Collection
- DXN International
- CF Wellness
- ACT
- Sigma Wealth
- Dakki Classics
- EmpowerMarketing
- Filway Marketing
- GanoiTouch
- New Image
- Philkraft Wellness
- Reliv Philippines
- Stemtect
- Sunrider
- Tianshi Philippines
- Unicity Network

Sanggunian: www.dsap.ph

FOREX MARKET BROKERS

- IronFX
- Instaforex
- HYMarket
- FXPro
- AvaTrade
- FXCM
- FXCC
- HotForex
- Easy Forex
- NordFX
- LiteForex
- FXopen
- Plus500
- Alpari
- Etoro
- ForexYard

Sanggunian: www.forexbrokersaz.com/ph

PAG-IIPON SA MGA BANGKO

- Bank of the Philippine Islands
- Philippine National Bank
- Land Bank of the Philippines
- China Bank
- Union Bank
- United Coconut Planters Bank
- Development Bank of Philippines
- Philippine Bank of Communications
- Philippine Veterans Bank
- Standard Chartered Bank
- Citibank Philippines
- Philippine Business Bank
- Cooperative Banks
- Banco De Oro
- Metrobank
- Security Bank
- RCBC
- Maybank
- Philtrust Bank
- East West Bank
- Bank of Commerce
- Asia United Bank
- Robinsons Bank
- HSBC Philippines
- Thrift Banks
- Rural Banks

Sanggunian: www.wikipedia.org

STOCK MARKET ONLINE BROKERS

- COL Financial Group Inc
- Unicapital Securities, Inc.
- AB Capital Securities
- Abacus Securities Corp
- Accord Capital Equities Corp
- First Metro Securities
- BA Securities, Inc
- Investors Securities, Inc.
- Optimum Securities Corp
- BPI Securities Corp
- DA Market Securities, Inc
- RCBC Securities, Inc
- Wealth Securities, Inc
- F.Yap Securities, Inc
- Angping & Associates
- Coherco Securities, Inc
- Maybank ATR Kim Eng Sec
- Regina Capital Dev Corp

Sanggunian: www.pse.com.ph

KUMPANYA NG MGA UITF

- BDO Equity Fund
- PNB High Dividend Fund
- Best Balanced Fund (PBCom)
- Odyssey Balanced Fund (BPI)
- Diamond Fund (PBB)
- InfinityPeso Bond (EWB)
- ATRAM Peso Money Market
- Diversity Market Fund (BOC)
- BPI Equity Value Fund
- Rizal Equity Fund
- Gintong Sikap Secure (DBP)
- UnionBank Peso Balanced
- ABF Bond Index Fund (BPI)
- BDO Fixed Income Fund
- Rizal Dollar Bond Fund
- AUP Dollar Fund (PNB)

Sanggunian: www.uitf.com.ph

KUMPANYA NG MGA MUTUAL FUND

- Philequity Fund,
- Philam Strategic Fund
- Sun Life Equity Fund
- Philippine Stock Index Fund
- GSIS Mutual Fund
- Cocolife Dollar Fund Builder
- Grepalife Fixed Income Fund
- Bahay Pari Solidaritas Fund
- NCM Mutual Fund of the Phil
- MAA Privilege Dollar Fixed Income Fund
- First Metro Equity Fund
- ATR Kim Eng Equity Fund
- United Fund, Inc.
- ALFM Growth Fund
- Optima Balanced Fund
- PAMI Asia Balanced Fund
- Prudentialife Fixed Fund
- Ekklesia Mutual Fund
- One Wealthy Nation Fund

Sanggunian: www.pifa.com.ph

KUMPANYA NG MGA REAL ESTATE DEVELOPER

- Rockwell Land, Inc
- Vista Land and Lifescapes, Inc
- Eton Properties Philippines, Inc
- Century Properties Group, Inc
- SM Prime
- DMCI Homes
- Empire East Land Holdings
- Robinsons Land Corp
- Cityland Development Corp
- Double Dragon Properties Corp
- Euro Towers International, Inc
- Global Lands Develop & Invest Corp
- Greenfield Development Corp
- New San Jose Builders, Inc
- Ortigas & Company Partnership
- Philippine Sotheryby's International
- Picar Development
- RI Realty Developer Philippines Inc
- Federal Land, Inc
- Shang Properties
- Filinvest Land, Inc
- Ayala Land
- Megaworld
- Aboitiz Land
- Cathay Land, Inc
- Lica Land
- Landco Pacific
- Major Homes Inc
- Moldex Realty
- MRC Allied Inc
- Pro-Friends
- Avida Land
- SMDC
- Vicsal Properties
- Suntrust Properties

Sanggunian: www.wikipedia.org

KUMPANYA NG MGA INSURANCE

- Manulife
- Insular Life
- Manulife Chinabank
- Pru Life UK
- PNB Life
- Great Life
- CLIMBS Life
- Paramount Life
- Philippine Prudential Life
- Cooperative Insurance System
- Country Bankers Life
- Sun Life
- Philippine Life
- Sunlife Grepa
- Phil AXA Life
- Generali Pilipinas
- First Life
- Beneficial Life
- Fortune Life
- BF Life
- CAP Life
- Manila Bankers Life
- Philam Life
- Coco Life
- BPI Philam
- Pioneer Life
- AsianLife
- United Life
- Banclife
- Caritas Life

Sanggunian: www.insurance.gov.ph

KUMPANYA NG MGA PRE-NEED

- APEC
- Caritas Plans
- Destiny Plans
- Himlayang Pilipino
- Mercantile Care
- Provident Plans
- Transnational Plans
- AMA Plans
- Cityplans
- Eternal Plans
- Loyola Plans
- Paz Memorial
- St. Peter Plans
- Trusteeship Plans
- Ayala Plans
- Cocoplans
- First Union
- Manulife
- PhilPlans
- Sunlife Plan

Sanggunian: www.insurance.gov.ph

MGA KLASE NG MGA SASAKYAN

- Toyota
- Mitsubishi
- Hyundai
- Audi
- Ferrari
- Jaguar
- Dodge
- Land Rover
- Peugeot
- Lamborghini
- Chevrolet
- Nissan
- Isuzu
- Mercedes Benz
- Posche
- Chery
- Foton
- Mazda
- Subaru
- Volkswagen
- Honda
- Ford
- Kia
- BMW
- Maserati
- Chrysler
- Lexus
- Mini
- Suzuki
- Volvo

Sanggunian: www.topgear.com.ph

NEGOSYONG FRANCHISING

- 7-Eleven
- Aquabest
- Bobson
- Farmacia ni Dok
- Generika Drugstore
- Inkrite Refilling
- Penshoppe
- Plains and Prints
- Generics Pharmacy
- Andok's Food Corp
- Bread & Butter
- Chowking
- Dominos Pizza
- Fruit Magic
- Famous Belgian
- Hungry Juan
- Lugaw Queen
- Kenny Rogers
- Magnolia Chicken
- Max's Restaurant
- Mister Donut
- Pancake House
- Pinoy Ice Scramble
- Rai Rai Ken
- Slice N Dice
- Tokyo Tokyo
- The Aristocrat
- Bayad Center
- Bioessence Skin
- California Nails
- HBC
- PS Bank
- Manila Bulletin
- Electroworld Office
- Coca-Cola Bottlers
- Banana Peel Flip Flop
- Happy Millionaire Book Shop
- Aficionado Perfume
- Bayo
- Celine
- Folded & Hung
- Islands Souvenirs
- Manels
- Picturebooks
- Toby's Sport
- 3M Pizza
- Bibingkinitan
- Cabalen
- Dimsum Break
- Figaro Coffee
- Fruitas
- Goodah!!!
- Happy Haus Donut
- Julie's Bakeshop
- Krispy Kreme
- Master Siomai
- Minute Burger
- Monterey Meatshop
- Pansit Malabon
- Potato Corner
- Shakey's Pizza
- T.G.I. Friday's
- Teriyaki Boy
- The Coffee Beanery
- Yellow Cab Pizza
- Bluewater Day Spa
- Days Hotel
- Microtel Inns
- Reyes Haircutters
- Nestle Philippines
- Sarabia Optical
- The Philippine Star
- BPI Family Savings Bank
- Entrepreneur Philippines
- Animaland
- Bench
- FamilyMart
- Giordano
- Kamiseta
- Ministop
- Rustan's
- Vente
- Bigg's Diner
- Bo's Coffee
- Chic-Boy
- Dencio's
- Gotoking
- Goldilocks
- Greenwich
- Hap Chan
- Jollibee
- KFC
- Mang Inasal
- McDonalds
- Padi's Point
- Pier One
- Pizza Hut
- Red Ribbon
- Subway
- Tea 101
- Waffle Time
- Wendy's
- Flawless
- Netopia
- Mr. Quickie
- SeaOil
- Caltex
- Wave 89.1
- SGV & Co

Sanggunian: www.pfa.org.ph

WALANG PANANAGUTAN

Ang mga nakasulat na Pamumuhunang Gabay dito ay para may sanggunian ka lang at ikaw pa rin ang may responsibilidad na pag-aralan mabuti ang pamumuhunan mo bago mo ito simulan.

Para sa kataas taasan na nakasaad sa batas, ang manunulat, ang naglathala at mga kasamahan nito ay walang pananagutan sa mga anumang mangyayari kung sakaling nagkaroon ng hindi tamang impormasyon, ideya o paggabay na nakasulat sa libro dahil sa nagawa mong pamumuhunan.

Para mas lalo pa naming mapaganda ang Milyonaryong Libro, ninanais namin na humingi kami na ipadala mo ang iyong naiisip na pagpapala sa paanomagingmilyonaryo@gmail.com.